हिंसा ते दहशतवाद

माधवी कुंटे

डायमंड पब्लिकेशन्स

हिंसा ते दहशतवाद

माधवी कुंटे
नारायण निवास, हनुमान रोड, विलेपार्ले (पू), मुंबई ४०००५७
भ्रमणध्वनी : ९८१९६७९५५०

ISBN : 978-81-8483-108-5

प्रथमावृत्ती : जानेवारी २००९

पुनर्मुद्रण : २०२१

मुखपृष्ठ
शाम भालेकर

आतिल चित्रे
चंद्रशेखर जोशी

अक्षरांकन
पौर्णिमा गोडबोले

प्रकाशक :
डायमंड पब्लिकेशन्स
२६४/३ शनिवार पेठ, ३०२ अनुग्रह अपार्टमेंट
ओंकारेश्वर मंदिराजवळ, पुणे-४११ ०३०
☎ ८६०००१०४१६, ०२०-२४४५२३८७, २४४६६६४२
info@dpbooks.in

ऑनलाईन पुस्तक खरेदीसाठी भेट द्या
www.dpbooks.in

जीवघेण्या हिंसेमुळे
बळी गेलेले निरपराध जीव
आणि प्राणांचे मोल देणारे पोलीस,
त्या साऱ्यांना . . .

प्रस्तावना

२६-११-२००८ रोजी मुंबईवर जो भीषण हल्ला झाला, त्याचा जनमानसावर प्रचंड आघात झाला. तिथले जीवनमान सुरळीत चालू असल्याचे जरी दिसत असले तरी या हल्ल्याचे परिणाम जे मनावर खोल झाले आहेत, ते बुजलेले नाहीत. मुंबईवरील हा अतिरेकी हल्ला भारतावर प्रथमच झालेला हल्ला नाही. १९९३ पासून असे डझनावारी हल्ले कोठे ना कोठे होतच आहेत. १३ डिसेंबर २००१ साली तर भारताच्या संसदभवनावर हल्ला झाला होता. आजपर्यंतच्या हल्ल्यांत अनेक निरपराधी मृत्युमुखी पडले वा जखमी झाले व बरीच मोठी वित्तहानीही झाली; परंतु मुंबईवरील अमानुष हत्याकांड जवळजवळ दोन दिवस-रात्र चालले होते. ते सर्व जनतेला चित्रपट पाहायला मिळावा, तसे दूरदर्शनवाहिन्यांनी दाखवल्यामुळे त्याची भीषणता माणसाच्या थेट अंत:करणात जाऊन भिडली. त्याचा एक परिणाम म्हणजे सामान्य माणूस हा स्वत:च्या रक्षणासाठी पूर्वीप्रमाणे केवळ लोकप्रतिनिधींवर अवलंबून न राहता, गाफीलपणा दूर करून जागा झाला. तो स्वत:च्या हक्कासाठी आणि रक्षणासाठी सजग झाल्यामुळेच ही सर्व जनता एकत्र येऊन हुतात्म्यांना श्रद्धांजली वाहणे, राष्ट्रीय एकात्मतेची शपथ घेणे इत्यादी कार्यक्रम करू लागली. या दहशतवादाचे व पर्यायाने सर्वच हिंसेचे समूळ उच्चाटन करण्यासाठी मार्ग शोधण्यासाठी चिंतनही करू लागला. या भ्रांतचित्त झालेल्या समाजास हिंसा व दहशतवादाचे मूळ व विविध स्वरूपे समजण्यासाठी या पुस्तकाच्या संपादिकेने बरेच मोठे काम करून समाजसेवाच केली आहे, त्याबद्दल ती कौतुकास पात्र आहे. हिंसा व दहशतवादाची अनेक निरनिराळी रूपे व त्यावर जरूर ती उपाययोजना याचा सर्वांगीण विचार करणे या पुस्तकाने सोपे जाईल. या विषयावरील विविध व सखोल विचारामुळे हे पुस्तक या विषयावरचा छोटा ज्ञानकोशच झाले आहे.

हिंसा किंवा दहशतवादाचा विचार करायचा झाला तर तो फक्त मुंबईवर झालेल्या हल्ल्याचे संदर्भातच करणे योग्य होणार नाही. सापडलेला अतिरेकी कसाब व त्याचे सहकारी हे तर बोलूनचालून भाडोत्री मारेकरी. पण त्यांना असल्या क्रूर व भीषण कामाला लावणाऱ्यांच्या मनोवृत्तीचा विचार करणे जरूरीचे आहे. त्यांच्यात असलेल्या अहंकाररूपी

राक्षसाचेच हिंसा हे अपत्य. या अहंकारालाच सर्वच धर्मांत – इस्लाममध्येसुद्धा – माणसाचा फार मोठा शत्रू मानले आहे. अशा माणसांना पशू म्हणणे हा पशूंचा अपमान आहे. पशू हिंसा जरूर करतात. कारण त्यांचे अन्नच मुळी शिकारीवर अवलंबून आहे. केवळ पोटासाठी त्यांना हिंसा करणे भाग पडते. हा अहंकार माणसाला मीच कर्ताकरविता असल्याचे भासवून, सर्वांनी त्याच्या मर्जीनुसारच जगले पाहिजे व इतरांना त्याच्या मर्जीविरुद्ध जगण्याचा मुळी हक्कच नाही, हे त्याचे मनात पक्के ठसवतो. हा अहंकारी माणूस हिंस्र विचारानेच भारला असून, दुसरा जर सुखाने जगत असला तर त्याचा याला अपमान वाटतो व त्याची जास्तीत–जास्त वेदना देणारी क्रूर हत्या करण्यानेच याला बरे वाटते. सर्व धर्मांचा उद्देश हा मानवातील अहंकार दूर करणे हा असतो व असा अहंकार बाळगणाऱ्याला आपल्याकडे राक्षस अशी संज्ञा आहे. हिंसक प्रवृत्ती किंवा परपीडेत आनंद घेणारी वृत्ती हे मनोविकृतीचे लक्षण आहे. माझ्या मर्जीविरुद्ध वागलास तर मी तुला हाल हाल करून ठार मारेन, अशी धमकी देणे म्हणजे दहशतवाद. असल्या क्रूर, राक्षस प्रवृत्तीच्या लोकांचा रामासारख्या देवांना पराभव करावा लागला.

पशू क्रूर असतात हा आपला गैरसमज आहे. एल्सा सिंहिणीवरील 'बॉर्न फ्री, लिव्हिंग फ्री', चाळीसगावचे डॉ. पूर्णपात्रे यांनी पाळलेल्या 'सोनाली सिंहिणीचे चरित्र' किंवा प्रकाश आमटे यांनी लिहिलेल्या 'नेगल' या पुस्तकांतून हे क्रूर समजले जाणारे प्राणी माणसांवर किती प्रेम करतात, हे समजून येते. त्यामुळे क्रौर्य हा काही जन्मजात गुण आहे असे वाटत नाही, तर त्याचे मूळ संस्कारात असावे. अर्थात् अमेरिकेत हल्ली 'जीन्स थेअरी' मानू लागले आहेत. त्यान्वये माणसाच्या जनुकामध्येच हे हिंसा किंवा गुन्हे करण्याचे जीन्स सापडतात. अजून ही संकल्पना सर्वमान्य झाली नाही. त्यावर अजून खूप संशोधन होणे बाकी आहे.

हिंसा ही जी मानसिक विकृती आहे तिचे शारीरिक हिंसा व मानसिक हिंसा अशा दोन प्रकारांत वर्गीकरण करता येईल. असे केल्याने हे संपादित केलेले लेख समजण्यास सुकर होईल. शारीरिक आघात करणारी हिंसा तिच्या दृश्य स्वरूपाने कळण्यास सोपी आहे; पण मानसिक क्लेश देणाऱ्या हिंसेचे स्वरूप बरेच गुंतागुंतीचे असल्याने कळण्यास अवघड आहे. भारतीय दंडसंहितेत या दोनही प्रकारच्या हिंसा जरी व्यक्तिगत स्वरूपाच्या असल्या तरी त्या सामाजिक अत्याचारच असल्याचे मानून गुन्हा मानल्या आहेत. खून, मारहाण, बलात्कार, अपहरण वगैरे हिंसात्मक अत्याचार, विनयभंग, बदनामी इत्यादी प्रकारच्या मानसिक हिंसा या दुसऱ्या प्रकारात मोडतील. याचे सविस्तर विवेचन हिंसाचार व कायदा या लेखात केले आहे. हिंसाचारी वृत्ती ही मुळात उपजतच असते का, याचे सप्रमाण विवेचनही 'काय आहे हिंसाचार?' या प्रकरणात, तसेच 'बालगुन्हेगारी मीमांसा', 'मुलं आणि हिंसाचार', 'बालगुन्हेगारी व कायदा' या प्रकरणात सविस्तर केल्यामुळे लहानपणापासूनच संस्कारांच्या माध्यमातून या हिंसक प्रवृत्तींवर आळा कसा घालता

येईल, याचे मार्गदर्शनपर विवेचन केले आहे. समाजातील हिंसक प्रवृत्तींवर मुळात आळा घालावयाचा असल्यास कुठपासून सुरुवात करावी लागेल ते कळते. हिंसात्मक वृत्ती ही मन किंवा विचारांच्या प्रदूषणाने होते का संस्कार व परिस्थितीमुळे निर्माण होते, याचे सविस्तर मूलगामी विवेचन 'विचारांचे प्रदूषण हिंसाचार वाढवते', 'हिमालयापेक्षाही प्रचंड समस्या', 'काय आहे हिंसाचार?' या लेखांत सविस्तरपणे केले आहे. हिंसाचार हा कायद्याने थांबवता येईल का, या प्रश्नांची सांगोपांग चर्चा 'हिंसेबद्दलची आपली गृहीत मते' व 'पोलीस यंत्रणा आणि हिंसाचार', 'गुन्हेगारीला आळा घाला' इत्यादी लेखांमधून विविध अंगांनी केली आहे.

हिंसाचार कोणत्या मानसिकतेमुळे निर्माण होतो, हे कळले तर या मानसिकतेत कोणत्या मार्गांने बदल घडवता येईल हेही चिंतनाचे विषय आहेत. वरवर मलमपट्टी लावून आतला कॅन्सर बरा होत नसतो, तसे हिंसाचाराचा हा भयंकर मानसिक रोग समूळ दूर करावयाचा असल्यास, ती मानसिकता समजून घेण्यासाठी हिंसाचाराबद्दल आपले काही गैरसमज दूर करणे जरुरीचे आहे. 'हिंसेबद्दलची आपली गृहीत मते' या लेखात काही उदाहरणे देऊन या गैरसमजावर योग्य तो प्रकाश टाकण्याचा चांगला प्रयत्न केला आहे, तसेच हिंसाचाराची मानसिकता कळण्यासाठी त्याची सामाजिक कारणे, तसेच 'हिंसाचारात बळी पडलेल्यांची मानसिकता' कळण्यास या वरील लेखांची खूपच मदत होईल. यातील काही लेख हिंसाचाराला आळा घालण्यासाठी कोणते उपाय योजावेत हे समजण्यासाठी 'व्यक्तिविकास व हिंसाचार', 'स्वयंशिस्तीची गरज' तसेच 'हिंसाचाराविरुद्ध निकोप वृत्ती' हे आवर्जून वाचण्यासारखे आहेत. ज्येष्ठ पत्रकार श्री. नार्वेकर ह्यांच्या मुलाखतीवरील 'दहशतवाद' लेखात तर, भारतावर होणाऱ्या दहशतवादाचा सर्व इतिहास सांगून त्याच्या राजकीय, धार्मिक कारणांचा सविस्तर ऊहापोह केला आहे. भारतावर वारंवार होणाऱ्या हल्ल्यांची सखोल व सर्वांगीण चर्चा दहशतवादावर उपाययोजना करण्याच्या दृष्टीने अत्यंत उपयुक्त व मार्गदर्शक आहे.

हिंसा व दहशतवादाचे भीषण व अमानुष प्रकार पाहिले, की सुबुद्ध माणसाचे संवेदनशील मन अगदी उद्विग्न होते. ही विकृत राक्षसी वृत्ती एखाद्या माणसात असली तर समजू शकते; पण बराच मोठा जमाव हा इतक्या भीषण व घातक पिसाट वृत्तीने भारावून त्याला निष्पाप मानवी संहार करण्यात आनंद वाटतो, हे कळून तर सर्वसामान्य माणसे दिङ्मूढ होऊन जातात. अर्थात्, हिंसा व दहशतवादाची झळ फक्त भारतालाच लागली आहे असे नाही तर या जगात असा एकही देश नाही की जो कमी-जास्त प्रमाणात ह्या हिंसक वृत्तीच्या कृत्यांनी होरपळून निघत नाही.

या सर्व प्रकारच्या हिंसक वृत्तीचा विचार करता त्याचा संपूर्ण बीमोड करण्याचे प्रभावी सामर्थ्य फक्त भारतीय तत्त्वज्ञानात व संस्कृतीत आहे, असे आढळते. आजही या अध:पतित मनोविकृत समाजाला योग्य ते मार्गदर्शन करून विकसनाच्या मार्गावर

नेण्याचे काम भारतीय तत्त्वज्ञानाचा दीपस्तंभच करू शकेल, याची खात्री वाटते. प्राचीन ऋषिमुनींनी हजारो वर्षांच्या सखोल तत्त्वचिंतनातून सर्व जगालाच सुखशांती व समृद्धीचा मंत्र दिला की, प्रत्येक जीवमात्राच्या (मग त्यात मनुष्यप्राणी, पशुपक्षीच काय पण वनस्पतीसुद्धा आल्या) अंतर्यामी एकच चैतन्यशक्ती, जिजिविषा किंवा आत्मा आहे (त्यालाच त्यांनी ईश्वर असेही म्हटले आहे). तुला जसा जीव आहे तसा प्रत्येक जीवमात्राला आहे व तुझ्याइतकाच त्यालाही सुखाने जगण्याचा हक्क आहे. तो हिरावून घेण्याचा तुला हक्क नाही, हा महामंत्र त्यांनी दिला. त्यामुळे हिंसा किंवा पीडा देणे हे पाप समजले गेले. कुसुमाग्रज म्हणतात तशी 'जे जे जगी जगते तया माझे म्हणा करुणाकरा' ही प्रार्थना प्रत्येकाला दिली, या तत्त्वज्ञानाचा आत्मौपम्य दृष्टिकोनातून स्वीकार केला, तर मानवी मनांतून हिंसा किंवा दहशतवादाचे समूळ उच्चाटन होईल व सुजलाम् सुफलाम् भूमीत सत्यं शिवं सुंदरम्‌चा साक्षात्कार होऊन ती 'स्वर्गादपि गरीयसी' होईल.

या ग्रंथाच्या संपादिकेने सर्वांगाने परिपूर्ण असा हिंसा व दहशतवादाबद्दलचा विचार नेमक्या जरुरीच्या वेळी समाजापुढे ठेवला व समाजाला दिशा देण्याचा प्रयत्न केला, त्याबद्दल त्यांचे अभीष्टचिंतन करणे जरूर आहे.

न्या. सुरेश वसंत नाईक

(निवृत्त जिल्हा न्यायाधीश)

मनोगत

काहीं घटना, काही बातम्या या केवळ बातम्या रहात नाहीत. त्या आपल्याला हादरवतात. तोडफोड करीत, निबरपणाचे आवरण ओढून काढीत थेट मनाच्या गाभ्यापर्यंत पोहचतात.

खून, मारामाऱ्या, बलात्कार, ॲसिड फेक, किडनॅपिंग, जाळपोळ, जीव घेण्याचे विविध प्रकार, क्षुल्लक कारणांवरून रक्तपात, एकतर्फी प्रेमात आलेल्या वैफल्यातून केलेले अत्याचार, वाढत्या आत्महत्या आणि दशहतवादाचं थैमान वाढतच चाललंय. विशेषत: दशहतवाद फोफावतो आहे तो हिंसाचाराचं एक स्वरूप आहे. हिंसाचाराची पूर्वपीठिका समजून घेतल्याने दशहतवाद समजून घ्यायला मदत होणार आहे. हिंसाचाराचं रोगट विनाशकारी वास्तव समाजात वाढत चाललं असेल, तर त्यावर विचार होणं गरजेचं आहे. एकीकडे आपण म्हणतो, जगातील साऱ्या हालचाली, कार्ये, सृजन, व्यवहार हे मनुष्यकेंद्री हवेत. दुसरीकडे मानवी जीवन, माणसाचं रक्त सर्वात स्वस्त झालं आहे असं वाटू लागतं. हिंसाचार एवढ्या मोठ्या प्रमाणावर घडतो आहे, त्याची कारणे काय? त्यावर उपाय काय? याचा अनेक अंगांनी परामर्श घेण्यासाठी विविध तज्ज्ञांशी बोलून त्यांचे विचार शब्दांकित केले आहेत.

डॉ. कालिंदी मुजुमदार यांनी समाजशास्त्रीय दृष्टिकोनातून कुटुंब आणि समाज यांच्यात होणाऱ्या बदलांमुळे काय परिस्थिती निर्माण होते व त्याचा हिंसाचाराला कळत नकळत कसा हातभार लागतो, हे सोदाहरण स्पष्ट केले आहे. विजयालक्ष्मी पंडित यांनी आपल्या चाळीस वर्षांच्या प्रदीर्घ सेवाकाळातील बालगुन्हेगारी, रिमांड होम व स्त्रीसुधार या क्षेत्रांतील अनेक प्रत्यक्ष उदाहरणे देऊन कारणमीमांसा केली आहे. डॉ. आनंद नाडकर्णी यांनी मानसशास्त्राच्या दृष्टिकोनातून विवेचन केलं आहे, तर ॲडव्होकेट किशोर जावळे यांनी कायदा आणि हिंसाचाराचा संबंध उलगडला आहे. डॉ. राजन भोसले यांनी दडपलेल्या लैंगिकतेचं रूपांतर हिंसक वृत्तीत कसं होऊ शकतं, ते समजावलं आहे. प्रा. विलास उजगरे यांचा बालगुन्हेगारीचा विशेष अभ्यास आहे. त्यांनी बालगुन्हेगारीच्या कारणांवर प्रकाश टाकला आहे. प्रतिमा हवालदार यांचा समुपदेशनाचा

प्रदीर्घ अनुभव आणि मानसशास्त्र, मानववंशशास्त्र, समाजशास्त्र यांचा सखोल अभ्यास आहे. त्यांनी मानववंशशास्त्र, समाजशास्त्र व मानसशास्त्राच्या दृष्टिकोनातून हिंसाचाराचा वेध घेतला आहे. त्यांच्या सूचनेवरून मी समाजाच्या विविध थरांतील व्यक्तींच्या गटाला काहीं प्रश्न विचारून सर्वसामान्य जनतेच्या प्रतिक्रियांचे संकलन केलं आहे. अर्थात हे परिपूर्ण नसलं तरी हिंसाचाराशी प्रत्यक्ष संबंध आल्यावर सर्वसामान्य माणसाला काय वाटतं, ते काही अंशी प्रतिबिंबित झालं आहे. शिवाय बालगुन्हेगारीच्या विविध हकीकतींचा वेध घेऊन बालसुधारगृहाचे प्रमुख रंगनाथ कुळकर्णी, बाल न्यायालयाचे आजी, माजी न्यायाधीश, बालविकारतज्ज्ञ, मानसशास्त्रज्ञ वगैरेंशी बोलून मुलांमधील हिंसाचाराचा वेध घेण्याचा प्रयत्न केला आहे.

राजू पार्सेकर हे उत्तम साहित्यकृतींवर सुरेख मालिका बनविणारे संवेदनक्षम दिग्दर्शक! दृश्य माध्यमांचा आणि हिंसाचाराचा कितपत संबंध असतो, याचा परामर्श त्यांनी घेतला आहे. तुरुंगातील कैद्यांच्या मानसिकतेबद्दल आणि त्यांच्या सुधारणांबद्दल श्रीमती किरण बेदी यांचं कार्य प्रसिद्ध आहे. त्यांचे तुरुंगसुधार कार्य व कैद्यांची मानसिकता यांचे विवेचन करणारा लेख त्यांच्या लेखनाच्या आधारे लिहिला आहे. निवृत्त पोलीस महासंचालक श्री. कृष्णनाथ मेढेकर यांनी हिंसाचार आणि पोलिसांची या संदर्भातील भूमिका तसेच पोलीस यंत्रणेतील त्रुटी यावर विवेचक मते मांडली आहेत. स्मिता तळवलकर या ख्यातनाम अभिनेत्री, दिग्दर्शिका, निर्मात्या! प्रसारमाध्यमांमुळे खरेच हिंसाचाराला हातभार लागतो का, हिंसाचाराचं स्वरूप काय, खरी कारणे कोणती यांवर त्यांनी प्रकाशझोत टाकला आहे. सुप्रसिद्ध सहित्यिक गिरिजा कीर यांनी साहित्य व सामाजिक अंगाने हिंसाचाराची कारणमीमांसा मांडली आहे, तर सद्‌गुरू श्री वामनराव पै यांनी अध्यात्मामुळे जीवनात येणारं स्थित्यंतर आणि हिंसक प्रवृत्ती मावळण्याकडे होणारं परिवर्तन या दिशेने अत्यंत मौलिक मार्गदर्शन केलं आहे. ह्या लेखांमधे मूलत: हिंसाचाराचा वेध घेण्यात आला आहे. त्यात कारणपरत्वे दशहतवादाचे उल्लेख येत राहतात.

सरतेशेवटी ओशो रजनीश यांनी दशहतवादावर अत्यंत मूलगामी असं जे विवेचन केलं होतं, त्याचा अनुवाद केला आहे, तसेच ज्येष्ठ पत्रकार श्री. राधाकृष्ण नार्वेकर यांचे दहशतवादाच्या स्वरूपाची सांगोपांग चर्चा करणारे विचार यात शब्दांकित केले आहेत.

या सर्वांनी आपापल्या परीने सद्य:स्थितीवर उपायही सुचविले आहेत, हे सर्व आपल्यापुढे मांडत आहे.

काही वर्षांपूर्वी 'हेमांगी' दिवाळी अंकातील परिसंवादासाठी यातील अनेक व्यक्तींच्या मुलाखती घेऊन मी त्यांच्या विचारांचे शब्दांकन केले होते. 'हेमांगी' दिवाळी अंकाचे सल्लागार संपादक श्री. प्रकाश कुळकर्णी यांनी हे लेख उपलब्ध करून देऊन

सर्वतोपरी सहाय्य केले. सद्गुरू श्री वामनराव पै व ज्येष्ठ साहित्यिक गिरिजा कीर यांच्या मुलाखतींचे शब्दांकन गौरी कुळकर्णी यांनी केले. या पुस्तकात ते लेख समाविष्ट करण्यास गौरी कुळकर्णी यांनी अनुमती दिली.

ज्येष्ठ पत्रकार श्री. राधाकृष्ण नार्वेकर यांनी दहशतवादाची सद्य:स्थिती, कारणे आणि उपाय या संदर्भात राजकीय व सामाजिक अंगाने त्याचे विवेचन करणारी मुलाखत विनंतीला मान देऊन त्वरित दिली.

आज हिंसाचार आणि दशहतवादाच्या छायेत सगळेजण जगत असताना ह्या तऱ्हेच्या, समग्र अंगाने विचार करणाऱ्या पुस्तकाची गरज ध्यानी घेऊन डायमंड पब्लिकेशन्सचे श्री. दत्तात्रय पाष्टे यांनी पुस्तक प्रकाशित करून आपली सामाजिक बांधिलकी व्यक्त केली आहे. लेखांची पुनर्मांडणी, काही लेखांचा नव्याने अंतर्भाव करण्याची सूचना, अन्य काही सूचना करून पुस्तक नेटके होण्यासाठी नीलिमा शिकारखाने यांचे सर्वतोपरी सहाय्य लाभले. मुद्रक, चित्रकार, मुद्रितशोधक या सर्वांचा पुस्तकनिर्मितीत महत्त्वाचा सहभाग असतो.

या सर्वांची मी अत्यंत ऋणी आहे. तसेच या पुस्तकासाठी आपले विचार मांडणाऱ्या, साक्षेपी विद्वज्जनांचीही मी आभारी आहे.

या पुस्तकातील विचारमंथन हे सद्य:स्थितीत आणि पुढेही अत्यंत गरजेचे असणार आहे. पुस्तकावर वाचकांच्या प्रतिक्रिया, मते यांचे स्वागत आहे. योग्य त्या सूचनांचा विचार करून पुढील आवृत्तीत त्यानुसार आवश्यक त्या सुधारणा व काही नवीन गोष्टींचा अंतर्भाव करणे वाचकांच्या मतांमुळे शक्य होणार आहे. त्यामुळे वाचकांच्या प्रतिसादाची प्रतीक्षा आहे.

माधवी कुंटे
नारायण निवास,
हनुमान रोड, विलेपार्ले (पू).
दूरध्वनी : २६११६४८०

■

अनुक्रम

काय आहे हिंसाचार

मानववंशास्त्रज्ञ शॅग्नॉन कित्येक वर्षे व्हेनेझुएलाच्या दक्षिण भागात राहणाऱ्या यानोमामो जमातीचा अभ्यास करीत होता. त्याला असं दिसून आलं की आक्रमण आणि हिंसाचार या लोकांच्या जगण्याची शैली आहे. इतर कोणत्याही जीवनमूल्यांहून उच्चतर, मूल्य होतं 'वेईतेरी' म्हणजे क्रोध आणि क्रौर्य! 'वेईतेरीची जोपासना, जन्मापासूनच सुरू होते. नवजात बालक ही मुलगी असेल आणि 'योद्धा' बनण्यास लायक नाही असे वाटत असेल तर खुद्द आईच त्या मुलीचा जीव घेते. या लिंगभेदावर आधारित अशा शिशुहत्येमुळे हिंसेलाच जन्म मिळतो कारण मुली कमी असल्यानं या जमातीच्या वेगवेगळ्या खेड्यांमधे मुलींची पळवापळवी होते. परिणामी लढाई ठरलेलीच असते. हिंसेचे चक्र त्यांच्या जीवनात सतत फिरत असते. शॅग्नॉनने साहसाने, कष्टाने जी निरीक्षणे नोंदवली, जो अभ्यास केला त्यावरून आपल्याला स्पष्ट कळायला लागतं की आक्रमण आणि हिंसेचे मूल्य जेव्हा जाणीवपूर्वक जोपासले जाते, तेव्हा साऱ्या संस्कृतीचा पोत बदलून जातो. परत संस्कृतीत रुजलेल्या या मूल्यांमुळे तिथली माणसे आक्रमक, हिंसक बनतात. साऱ्या जमातीत त्यालाच मान्यता, प्रतिष्ठा, प्रशंसा असल्याने माणसाला आपला आत्मसन्मान मिळविण्यासाठी त्याचा अंगिकार अधिकाअधिक धारदारपणे करावा लागतो.

खरं तर जगभरातली लहान मुलं आपला राग आणि आक्रमकता मोकळेपणी प्रकट करीत असतात. त्यांच्यावर संस्कार घडलेले नसतात आणि वडीलधारी त्यांच्याकडे जरा उदारपणे बघत असतात. पण 'यानोमामो' मुलं त्यांची आक्रमकता फारच धीटपणे व्यक्त करतात. त्यांचे आई-वडिल त्यांना राग, संताप ताब्यात ठेवायला न शिकवता त्यांना उत्तेजन देत असतात. अगदी रांगत्या मुलालासुद्धा डिवचून चीडवून ते 'वेईतेरी' उत्तेजित करतात. आणि मुलानं संतापानं हातपाय झाडले, त्यांना मारायचा प्रयत्न केला की हसून दाद देतात. आपल्या अशा वागण्याला एक प्रकारचं बक्षीसच मिळतंय, हे त्या

मुलाच्या मनोविश्वात घट्ट रुजतं. घरात वडील त्याच्यापुढे क्रौर्य, हिंसा आणि फसवाफसवीचा आदर्श उभा करीत असतात. वडील जेव्हा दुसऱ्या खेड्यातल्या जमातीशी लढत नसतात किंवा शेजाऱ्याशी गुद्दा-गुद्दी करीत नसतात तेव्हा तो बायकोला लाकूड घेऊन झोडपत असतो किंवा निखाऱ्याने चटके देत असतो.

यानोमामो मुलं योद्ध्याची भूमिका जन्मभर घोटवत, घोटत जगतात. मरणांतिक जखमा झाल्यानंतर म्हणायचं मृत्युगीत ते लहानपणीच शिकतात. आणि युद्धातल्या वेदना योग्यतऱ्हेने व्यक्त करायला शिकतात. शत्रूचा बाण शरीराच्या ज्या अवयवात घुसेल त्या त्या अवयवानुसार वेगवेगळ्या तऱ्हेनं आरोळी मारायची असते, हे त्यांना लहानपणीच शिकवलं जातं.

अर्थात हे क्रौर्याचं प्रमाण संतुलित करायला इतर गोष्टी असतात. टोळ्यांमधील सदस्यांची घट्ट मैत्री असते. एखाद्या स्त्रीला तिचा नवरा फारच हिंसकपणे वागवू लागला तर तिचे भाऊ तिचं संरक्षण करतात. स्त्री म्हातारी झाल्यावर मुलं, जावई तिची काळजी घेतात. यामुळे समाज घट्ट बांधलेला आहे. तरीही मारहाण, जळीताच्या खुणा आणि वण, सतत उत्तेजित अवस्था आणि प्रथमपासून जवळजवळ प्रत्येकाकडे अविश्वासानं बघण्याची मनोरचना, या गोष्टींची किंमत चुकवून हा समाज स्थिर राहतो. या समाजातल्या स्त्रिया लग्नाआधी जाणूनबुजून भावी नवऱ्याला बोलतात, डिवचतात, चिडवतात. तो भावी वधूला चाबकाचे फटकारे मारतो. जितकं अधिक डिवचणं तितके फटके अधिक. या प्रथेतून भावी वधूची सहनशीलता पारखली जाते.

यानोमामोंपासून हजारो मैल दूर 'होपी इंडियन्स' राहतात. आत्ताआत्ता पर्यंत त्यांची वर्तणूक यानोमामोंच्या अगदी विरुद्ध होती. एकमेकांवर प्रहार करण्याची कल्पनाच त्यांना नाही. मुलांना अतिशय प्रेमानं वाढवलं जातं. जवळपास लाडावलंच जातं. क्वचितच ते तिखट शब्द किंवा अपशब्द वापरतात. युद्ध किंवा योद्धे या जमातीत प्रचलित नाहीत. जर खेड्यावर, जमातीवर हल्ला झाला, तर ही मंडळी जिवावर उदार होऊन आपलं रक्षण करतात. पण एकदा स्थिरस्थावर झाल्यावर फिरून आपल्या जीवनशैलीनुसार शांतपणे जगू लागतात. अशा तऱ्हेची हिंसक शैली आणि अगदी कमी हिंसा अंतर्भूत असलेली जीवनशैली असणारे लोक जगभर निरनिराळ्या वंशात, जमातीत, खंडात आढळून येतात.

या विरोधी प्रवृत्ती इतक्या ठळकपणे दिसून येतात की बऱ्याच समाजशास्त्रज्ञांचं व मानसशास्त्रज्ञांचं एका गोष्टीवर एकमत होऊ लागलं आहे. हिंसात्मक वागणूक, क्रौर्य ही माणसाला जैविक वारशाच्या रूपाने मिळालेली नाही. तो जन्मजात दोष नव्हे. श्वासोच्छ्वासाइतकी ती नैसर्गिकही नव्हे. असं असतं तर जगभर हिंसेचा आविष्कार जवळपास सारखाच दिसला असता.

विविध संस्कृतीमधे या बाबतीत टोकाचे फरक आढळतात. म्हणजेच राग वाढवणे,

त्याचा आविष्कार प्रच्छन्नपणे करणे, त्याला प्रोत्साहन देणे, ते प्रतिष्ठेचे समजणे या मूल्यांमुळे आणि अशातऱ्हेने सामाजिक वातावरणामुळे हिंसेची पाळंमुळं मनुष्याच्या मनोरचनेत घट्ट रुजतात, लिहिण्याचं कौशल्य माणूस शिकतो, ते वाढवतो. पुढे ते माणसाच्या जीवनाचं अभिन्न अंग बनते. तशीच हिंसक माणसाची हिंसाचारी वर्तणूक तो ज्या तऱ्हेच्या समाजात, वातावरणात घडतो-वाढतो त्यावर अवलंबून असते.

जन्मत: कदाचित हिंसक प्रवृत्ती, राग, चीड व्यक्त करण्याची प्रवृत्ती असते. पण ती तितकीशी शक्तिशाली किंवा महत्त्वाची नसते. ती प्रवृत्ती ताब्यात ठेवणं किंवा विकसित करणं हे त्या समाजाच्या एकंदर संस्कृतीवर अवलंबून असते. एखादा माणूस किती हिंसकपणे वागतो हे किती प्रमाणात हिंसकपणे वागणं त्याला शिकवलं जातं किंवा परिस्थितीनुरूप तो शिकतो त्यावर अवलंबून असते.

स्टॅनफर्ड युनिव्हर्सिटीतील मानसशास्त्रज्ञ अल्बर्ट बान्दूरा यांनी शिशुवर्गातल्या मुलांवर निरनिराळ्या प्रकारांनी अनेक प्रयोग केले. आक्रमकता ही शिकली किंवा शिकविली जाते. ती हेतूत: असेल किंवा अजाणता. पण ती मागून विकसित होते. जन्मत: फारतर रागासारखी प्रवृत्ती माणसामधे जैविकरीत्या अवस्थित असते. हा त्यांच्या प्रयोगांमधून सिद्ध होणारा निष्कर्ष होता. जगभर अशा तऱ्हेचे प्रयोग मानसशास्त्रज्ञांनी केले आहेत त्यातून ही गोष्ट वारंवार निर्देशनाला आली आहे की, समाजात वागण्या-वावरण्यासाठी जे आचार किंवा वर्तनसंहिता मुलांना त्या त्या संस्कृतीप्रमाणे शिकविली जाते त्याचप्रमाणे किती प्रमाणात आक्रमक व्हावं हेही शिकवलं जातं. मुलं जसं बघतात तसंच करण्याचा प्रयत्न करतात. बघून अनुकरण करूनच ती शिकत असतात. त्यांच्या भोवताली जो वर्तणुकीचा आकृतिबंध दिसत असतो तोच ती अंमलात आणण्याचा प्रयत्न करतात. आणि एखादी गोष्ट पुन्हा पुन्हा घोटवून घेऊन संस्कारीत करण्याची, ठसवण्याची समाजाची पद्धत असते त्या पद्धतीनेही ते शिकतात. या घटवून घेण्याच्या पद्धतीत शिक्षा आणि बक्षीस, कधी उघडपणे तर कधी तरलतेने कळू न देता अंमलात आणली जातात. विशिष्ट प्रकारच्या वर्तणुकीच्या विकासावर याचाही परिणाम होत असतो. मुलांच्या बाबतीत बघून त्यानुसार अनुकरण करणं आणि घोटवून ठसवणं या दोन्ही प्रक्रिया घरात सुरू होतात. पण नंतर बाहेरच्या दुनियेचा प्रचंड परिणाम अधिकाधिक प्रमाणात होऊ लागतो. शाळा, शेजार, राष्ट्रीय रीतीरिवाज, परंपरा, धर्म, पुस्तकं, मासिकं, वर्तमानपत्रं, मित्र, मैत्रिणी आणि विशेष करून फिल्मस् व टेलिव्हिजन यांचा परिणाम मनावर फार मोठ्या प्रमाणावर होत असतो. त्यातून काही प्रवृत्ती विकसित पावतात आणि त्यांचा ठाशीव आविष्कार वागण्यात होऊ लागतो. या साऱ्या गोष्टींनी माणसाचं मनोविश्व, त्याचा स्वभाव घडत असतो. प्रा. बान्दूरांच्या प्रयोगांविषयी खरं तर आपण सर्वांनीच विचार करायला हवा. त्यांनी काय केलं, की नर्सरी शाळा त्यांनी आपल्या मानसशास्त्रीय प्रयोगांसाठी प्रयोगशाळा बनवल्या. ही जागा म्हणजे मुलांची नैसर्गिक गडबड, उत्स्फूर्त

ढकलाढकली, पकडणं, उड्या मारणं अशा जोशपूर्ण वर्तणुकींनी गजबजलेली असते. राग येणं, हातपाय आपटणं, त्रागा याही गोष्टी येथे घडत असतात. आवडत्या खेळासाठी हिसकाहिसकी सुरू असते.

प्राध्यापक बान्दूरांनी एक तीन-साडेतीन फुटांची बाहुली तयार केली. कितीही मारलं तरी जो फुगा फुटत नाही, कसाही पाडला, त्याच्यावर बसलं तरी दाब उचलला की परत जो उभाच्या उभा राहतो, अशा तऱ्हेचं एक खेळणं आपल्याकडे सुद्धा असतं. आपण त्याला 'लतकोडगं' म्हणतो. तर असा एक लतकोडगा 'बोबो विदूषक' त्यांनी तयार केला. मग त्यांनी आपले प्रयोगविषय असलेल्या मुलांचे तीन गट पाडले. पहिल्या गटातील मुलं एका प्रौढ माणसाला 'बोबो विदूषकाशी' खेळताना दहा मिनिटे निरखत होती. हा प्रौढ माणूस प्राध्यापकांचा मदतनीस होता. हा मदतनीस बोबोच्या नाकावर ठोसे मारत होता, एका फळकुटानं त्याच्या डोक्यावर तडाखे लगावत होता, त्याच्यावर बसत होता, गुद्दे मारत होता आणि 'सॉकेऽऽरू, बस खाली, खबरदार उठलास तर' असे मधूनमधून ओरडत होता. दुसऱ्या गटाच्या समोर हा माणूस शांतपणे मेकॅनोसारखं रचनात्मक खेळणं घेऊन काही तरी निर्माण करायचा प्रयत्न करीत होता. तिसऱ्या गटासमोर अनुकरण करण्यासाठी असं कुणी नव्हते. नंतर या गटांना क्रमाक्रमानं एका खोलीत नेण्यात आलं. या खोलीत इतर अनेक खेळणी होती. त्यात 'बोबो' विदूषकही होता. ज्या मुलांनी त्या मदतनिसाला बोबो डॉलशी आक्रमक, हिंसक रीतीनं वागताना पाहिलं होतं त्यांनी त्या आक्रमक वागण्याचं सही सही अनुकरण केलं. अगदी सॉकेऽऽरू अशी आरोळी मारली. त्यांनी 'बोबोचीच' निवड केली. दुसरे गट मात्र शांतपणे सगळ्या खेळण्यांशी खेळत होते. ते बोबोशीही खेळले. त्याला ढकलणं, त्याच्याशी कुस्तीचे हात करणं हे अगदी मैत्रीच्या, आनंदाच्या भावनेनं चाललं होतं. त्यात आक्रमकपणा, हिंसकपणा, हल्ला यांचा लवलेश नव्हता. या प्रयोगात बोबोशी हिंसकपणे वागणारा प्रत्यक्ष जिताजागता माणूस मुलांसमोर अनुकरणासाठी आदर्श उभा करीत होता.

समजा त्याच्याऐवजी टीव्हीच्या किंवा सिनेमाच्या पडद्यावरचं एखादं पात्र असं हिंसक वागत असेल तर?

तोही प्रयोग प्रा. बान्दूरांनी केला. पहिल्या प्रयोगातल्या तीन गटांशिवाय एका गटाला रंगीत फिल्म दाखवली. त्यातील पात्र बोबोला झोडपत होतं. पाचवा गट होता त्याला कार्टुनच्या धर्तीची फिल्म दाखवली. मांजरीसारखा पोशाख केलेला एक माणूस बोबोला मारत होता. मागे झाडे, फुलं, फुलपाखरं वगैरे छानदार देखावा होता.

ही आक्रमक व्यक्ती प्रत्यक्ष असो वा पडद्यावरची दिसणारी व्यक्ती असो किंवा मांजरीसारखी कल्पनारम्य असो, मुलांना काही फरक पडला नाही. त्यांनी त्याच्या आक्रमक वागणुकीचं अनुकरण केले. फिल्म बघितल्यावर तर आधीच त्यांच्या मनात असलेल्या हिंसक वर्तणुकीच्या काही कल्पनांशी त्यांनी फिल्ममधल्या आक्रमकतेशी

सांगड घातली. त्यांनी बाहुल्यांना बडवलं. खेळण्यातल्या मोटारगाड्या तोडल्या आणि प्लॅस्टीकच्या प्राण्यांवर गोळ्या झाडल्या. (अर्थात खेळातल्या). प्राध्यापक बान्दूरांनी असे अनेक प्रयोग करून असा निष्कर्ष काढला की, अशा तऱ्हेचे हिंसक क्रूर देखावे किंवा फिल्मस् किंवा प्रत्यक्ष व्यक्ती हिंसक वागताना मुलं बघतात तेव्हा ती आक्रमकतेचे नवीन मार्ग शिकतात एवढंच नव्हे ती आक्रमक वागण्याची त्यांची प्रवृत्ती विकसित होऊ लागते.

हे सर्व विचारात घेतल्यानंतर लक्षात येतं की, अनुकरण; विशेषत: हिंसक कृत्यांचं अनुकरण करतांना त्या प्रवृत्तींचा अधिक विकास होणं, आणि वारंवार तो वर्तणुकीचा बाज पाहिल्यावर त्याचा गडद ठसा उमटून तो मनोवृत्तींचा भाग बनणं अशी प्रक्रिया जर प्रयोगांती सिद्ध झाली आहे तर मग पालकांनी, मुलांनी कोणते टीव्हीचे कार्यक्रम बघावे आणि कोणते नाही हे जाणीवपूर्वक ठरवायला हवं. दिग्दर्शक, निर्मात्यांनीसुद्धा आपण दाखवतोय त्याचे काय परिणाम होतील ते विचारात घ्यायलाच हवं.

मुलांना शिक्षा करताना किंवा कौतुक करताना, बक्षीस देतानांही खूप काळजीपूर्वक वागायला हवे. कारण समोर फिल्म बघताना ते जेव्हा बघतात की हिंसाचार करणाऱ्या हीरोला शेवटी बक्षीस मिळतं किंवा हिंसाचारी व्हिलन पूर्ण फिल्मभर मजेत असतो, तेव्हा त्याचं अनुकरण ती सहजी करतात. 'बोबो विदूषकाच्या' प्रयोगात जी मुलं समोरच्या सहाय्यकासारखी बोबोला मारत होती, त्यांना एक ग्लास सरबत देण्याचा प्रयोग केला. त्या मुलांची हिंसक कृत्ये (बोबोच्या बाबत) अधिक तीक्ष्ण होत गेली. एखादं कृत्य अयोग्य वाटत असेल तर शिक्षा हवी, पण शिक्षा कशी हवी? तिचं प्रमाण किती असावं हेही नीट ठरवायला हवं. शिक्षा ही आक्रमक, हिंसक असेल ('छडी लागे छम छम' वाली) तर मुलं आक्रमकता, हिंसकपणा शिकतात. त्या शिक्षेचा परिणाम उलटा होतो.

टीव्ही फिल्म्स्च नव्हे; तर अजाणता परिकथाही हिंसक वर्तणूक आकृतिबंध मुलांसमोर उभा करतात. भयानक राक्षस, चेटक्या, ड्रॅक्युला वगैरेंच्या गोष्टी मुलं आनंदानं वाचतात. त्यातली आक्रमकता उचलतात. 'शोले' पिक्चरमधला गब्बरसिंग एवढा लोकप्रिय का व्हावा? असाही एक मतप्रवाह समाजशास्त्रज्ञांमधे आढळून येतो. मानसशास्त्रज्ञांनी टीव्हीचे कार्यक्रम आणि हिंसक वर्तणुकीसंदर्भात अनेक प्रयोग केले आणि हिंसाचारी कार्यक्रम अधिक आवडीने पाहिले जातात आणि त्यांचं प्रत्यक्ष-अप्रत्यक्ष अनुकरण केलं जातं असे निष्कर्ष काढले आहेत.

कित्येक देशांनी लहान मुलांच्या समोर कोणते कार्यक्रम आणावेत याविषयी काही बंधनं घातली आहेत. निर्मात्यांनी ही बंधने ऐच्छिकरीत्या स्वीकारली आहेत. हिंसक कार्यक्रम दिवसा आणि संध्याकाळी दाखविले जात नाहीत. लहान मुलं झोपल्यानंतरचा वेळ त्यांना दिला जातो. बातम्यांमधला हिंसक भागही रात्री नऊच्या आधी वगळला जातो. जपानमधे खास मुलांसाठी ६ वाजता बातम्या प्रसारित केल्या जातात. त्यातून हिंसा वगळलेली असते. विधायक सृजनात्मक गोष्टींवर भर दिला जातो.

ही गोष्ट आता जगभर मान्य झाली आहे, की मुलांसमोर जे आदर्श उभे केले जातात आणि अमुक एक वर्तणुकीमुळे अमुक एक लाभ किंवा बक्षीस मिळेल असं पालक सांगतात किंवा प्रसारमाध्यमे संदेश देतात ते साधारण जगभर सारखे असतात, पण वेगवेगळ्या संस्कृतीत वेगवेगळ्या तऱ्हेने, उद्देशाने सामील केलेले असतात. काही गोष्टी मात्र त्या त्या प्रदेशासाठी वैशिष्ट्यपूर्ण असतात.

विकसनशील देशांमध्ये पूर्वापार लढायांचा इतिहास असला तर जगण्यासाठी हिंसा आवश्यक होऊन बसते. खास करून सीमा भागांमधे विशेषत्वाने हे घडते. म्हणजे या हिंसा करून आत्मरक्षण करणे किंवा हवे ते मिळवणे संस्कृतीत अंतर्भूत असतेच. या देशांमधे सर्वांना समान संधीचे तत्त्व लागू केलेले असले, की उत्तम राहणीमान, उत्तम नोकरी यांचे आदर्श उभे होतात. त्यांची अंतर्भूत बक्षिसेही असतात. ही संधी मिळाली नाही की तरुण लगेच हिंसेकडे वळतात.

आपण म्हणतो स्त्रिया सहसा हिंसाचाराकडे वळत नाहीत. पण जसजसा स्त्रियांबद्दलचा समाजाचा दृष्टिकोन मुक्त आणि उदार होऊ लागला आहे तसतशी स्त्रियांनी हिंसा करण्याची उदाहरणेही ठळकपणे दृष्टीस पडू लागली आहेत.

उद्विग्न करणाऱ्या, चिडीला आणणाऱ्या वैफल्याच्या प्रसंगांनी माणूस गुद्दागुद्दीवर, प्रसंगी रक्तपातावर उतरू शकतो. आपल्याकडे लोकल गाड्यांवर होणाऱ्या दगडफेकींची उदाहरणं ठळक आहेत. जर जमावाचा विचार करायचा, तर त्यांचं मानसशास्त्र दोन तऱ्हांनी काम करतं. एक तर जमावाचं एक विशिष्ट उद्दिष्ट असेल आणि त्यांचा एखादा नेता असेल तर त्याचं अनुकरण इतर करतात. जमावातील इतरांनी आपल्याला तुच्छ लेखू नये ही भावनाही त्यामागे असतेच. दुसऱ्याकडे बघण्याचा आणि त्याची एकप्रकारे

संमती घेण्याकडे कल असतो.

पण ज्या ठिकाणी जमाव नुसताच जमतो तिथे तो बघ्याची भूमिकाही घेऊ शकतो. समोर हिंसाचार घडत असून काही करत नाही. दुसरा कुणी काही करीत नाही मग मी कां करू? असा विचार किंवा दुसरा हालचाल करेल तर आपण टेकू देऊ असा विचार असतो. आपल्याकडे रस्त्यावर मुलींना पेटवून देण्याचे प्रसंग घडले आहेत आणि जमावाने त्यावेळी बघ्याची भूमिका घेतली आहे. आक्रमक, हिंसक वर्तणुकीत भावनांचं उद्दिपन केंन्द्रस्थानी असतं. एखाद्या प्रसंगानं किंवा व्यक्तीच्या नुसत्या बघण्यानं देखील संयमावरचा चाप ओढला जातो. हातात हत्यार असलं तर सहजी लक्ष्य होऊ शकणाऱ्या माणसावर हिंसाचार होतो. राग, संताप उद्दिपित झाल्यानं माणूस हिंसक बनू शकतो. पण वेदना, उद्विग्नता, वैफल्य किंवा स्वप्नभंग, किंवा इतर कुणाचं झालेलं आक्रमण या गोष्टीही माणसाला आक्रमक, हिंसक करू शकतात.

मानसशास्त्रज्ञांना असं आढळून आलं आहे की राग, भीती, आनंद, उत्कट आशा आणि लैंगिकता या साऱ्या भावना मानसिक उद्दिपनातून निर्माण होतात. अतिशय उत्तेजक अशा परिस्थितीतून त्यांची निर्मिती होऊ शकते. म्हणून या भावना अतिशय उत्कट असतांना माणूस आक्रमक होऊ शकतो. कुठल्याही तऱ्हेची उत्तेजित अवस्था किंवा वेदना माणसाला आक्रमक बनवू शकते. अतिशय डोकं दुखत असलेल्या परिस्थितीत मूल कीरकीर करायला लागलं तर आई त्याला एक थप्पड लगावून देते. सततचे आवाज, विश्रांतीचा अभाव, वाईट हवासुद्धा माणसाला आक्रमक बनवू शकते.

गँगमधे, जमावात एक प्रकारची सुरक्षितता असते. म्हणून मुलं गँगमधे असताना हिंसाचार सहज करतात. गँगमधल्या ज्या मुख्य व्यक्ती असतात त्यांना मानसिक विकार असतात. घरे मोडलेली असतात, आई-वडिलांचं त्यांच्याकडे लक्ष नसतं. आणि वांशिक किंवा जातीयदृष्ट्या त्यांना तुच्छ लेखलं गेलं असतं. एकत्रितपणे गँगमधे काहीही हिंसक कृत्ये केली तरी त्यांना एक प्रतिष्ठितपणा - एक शौर्याचं वलय ही मुले देऊ शकतात. आपल्या गँगशी अतिशय इमानदार असणे हे हिंसकपणानं बदला घेऊन सिद्ध करणं, ज्या समाजात प्रतिष्ठित समजलं जातं तिथे पिढ्यान पिढ्या टोळ्या किंवा घराणी सूड, रक्तपात आणि हिंसाचार करीत असतात.

हिंसाचारामागची कारणमीमांसा शोधायला मानसशास्त्रज्ञ, सनाजशास्त्रज्ञ यांनी अनेक प्रयोग केले. निरीक्षणे नोंदवली, आणि ही काही जन्मजात गोष्ट नव्हे हे लक्षात आल्यावर हिंसक वृत्ती नाहीशी करण्यासाठी काय करता येईल, त्याचा विचार होऊ लागला.

ज्या काही एका घटनेमुळे किंवा विशिष्ट परिस्थितीत हिंसाचार सुरू होतो ती परिस्थिती केवळ सुधारून हिंसाचार समाप्त होत नाही. हिंसाचार आणखी नव्या हिंसाचाराला जन्म देतो.

पूर्वी असं म्हणत असत की रागासारख्या भावना कोंडून न ठेवता त्यांना वाट

द्यावी. हा प्रकार तसा निरुपद्रवी असावा. उदा. दारावर गुद्दा मारणं, भांडं फेकणं वगैरे. आपल्याकडे होळीसारख्या सणांमधे रागाला समाजमान्य तऱ्हेने वाट देण्याची सोय आपल्या पूर्वजांनी केली आहेच.

पण अशातऱ्हेने रागाला वाट करून दिली तरी माणूस शांत होतोच असं नाही. तो क्रोध – ते आक्रमण धुमसत असतच. शारीरिक कष्टाचं काम केलं की राग कमी होतो असंही म्हणतात. शास्त्रज्ञांना प्रयोगान्ती असं आढळून आलंय की तेही खरं नाही. कारण जोरजोरात काम करत असताना त्यातच एक आक्रमकता सामावलेली असते. रागारागाने बोलणं, एखाद्या गोष्टीला लाथ मारणं, किंवा फुटबॉलचा आक्रमक खेळ बघणं या कशाने राग शांत होत नाही. रागाचं कारण असलेल्या व्यक्तीवर हल्ला केला तर राग कदाचित् ओसरू शकतो. पण मग समोरची ती व्यक्ती प्रतिहल्ला चढवण्याचीही शक्यता असतेच.

मग उपाय काय?

प्रतिबंध आणि संयम या गोष्टी फार महत्त्वाच्या आहेत. परिस्थितीजन्य घटक हिंसक वृत्ती उद्दिपित करू शकतात. विशेषत: चीड, वैफल्य आणि उद्वेग निर्माण होतो. खूपसा हिंसाचार राजकीय आणि आर्थिक अन्याय दूर केल्यानं नाहीसा होऊ शकतो. किंवा हिंसाचाराला जन्म देणारी सांस्कृतिक मूल्ये बदलण्यामुळेही हिंसाचार कमी होऊ शकतो. आपल्याकडे याचा फार मोठा यशस्वी प्रयोग महात्मा गांधींनी केला.

दोन प्रक्रिया विशेष महत्त्वाच्या आहेत.

लोकांच्या भोवतालची परिस्थिती बदलायला हवी. म्हणजे रागाची भावना व्यक्त करण्यास हिंसक कृतीचा आधार घेणे कमी होईल.

अगदी साधं उदाहरण म्हणजे आसपास पोलीस आहे असं माहीत असलं की माणसं मारामारी करणं टाळतात.

दुसरं ताबडतोब अमलात आणण्याचं तंत्र म्हणजे हिंसक कृतीला प्रवृत्त होण्याआधीच राग थंड करण्याचे विविध उपाय करणे. आक्रमक माणसाला थंड होण्यासाठी वेळ हवा असतो. तो देणं, त्याचं लक्ष इतर गोष्टींकडे वेधणं, ज्या गोष्टीमुळे त्याला राग आला त्याबाबतीत शक्य तर त्याला हवा असलेला न्याय मिळण्याची व्यवस्था करणं किंवा त्याचं आक्रमण स्वीकारल्याची तयारी दर्शविणं, माणसाला पंधरा–वीस मिनिटे हिंसक कृत्ये करण्यापासून थांबवलं तर त्याचा राग थंड व्हायला लागतो. उत्तेजना ओसरते. त्याचं लक्ष दुसऱ्याच गोष्टीकडे वळवून त्याला पंधरा–वीस मिनिटे गुंतवून ठेवलं तरी असाच परिणाम साधतो.

त्या माणसाच्या रागाचं कारण योग्य होतं, तो रागावणं साहजिक होतं असं दर्शविलं की रागावलेल्या माणसाचा राग उतरायला लागतो. राग काढण्यासाठी मैत्रीचा हात पुढे

करणं हाही एक उपाय असतो. त्या माणसाला शांत करण्यासाठी कधी कधी 'माफ करा हं माझं चुकलंच. पुन्हा असं होणार नाही' एवढी दोन-तीन वाक्ये सुद्धा पुरतात.

योग ही भारतीयांनी साऱ्या दुनियेला दिलेली मोठी देणगी आहे. शरीराद्वारे मनावर संयम साधणं, मन स्थिर आणि संतुलित करणं योग शिकवतो. त्यामुळे क्रोधाचं उद्दिपन होत नाही. पुढची हिंसा आपोआप टळते.

माया, ममता, वात्सल्य ह्या गोष्टी जर एखाद्या संस्कृतीत महत्त्वाच्या असतील तर तिथे हिंसाचार कमी असतो. प्रेमानं क्रोध किंवा हिंसा जिंकण्याचं तत्त्वज्ञान भारतीयांच्या संस्कृतीत अंतर्भूत आहेच. ज्या कुटुंबामध्ये चांगल्या वागणुकीबद्दल अतिशय प्रेमाने शाबासकी दिली जाते आणि वाईट वागणुकीच्या वेळी प्रेमाची वागणूक मागे ओढून धरली जाते त्या कुटुंबामध्ये हिंसाचारी मुले सहसा आढळत नाहीत.

एखादी वर्तणूक चांगली आहे असं मुलांच्या मनावर लहानपणापासून ठसलेलं असलं की पराकोटीच्या वैफल्यानंतर, आशाभंगानंतर उद्विग्नतेनंतरसुद्धा मुले परत सृजनात्मक कामाकडे वळतात. स्वयंशिस्त, सहकार्य, सहिष्णुता, चिकाटी, आणि समाजाच्या सर्वसामान्य नियमांचे पालन ही मूल्ये म्हणूनच आजच्या युगात महत्त्वाची ठरतात.

(आधार : रोनल्ड बेली - टाइम लाईफ बुक्स मालिका)

– ***प्रतिमा हवालदार***

■

सौ. प्रतिमा हवालदार

- मानसशास्त्रात मुंबई विद्यापीठातून पदव्युत्तर शिक्षण.
- टाटा समाज विज्ञान संस्थेत अप्लाईड सायकॉलॉजीत पदव्युत्तर शिक्षण.
- वैयक्तिक समुपदेशन व मानसोपचारांचे प्रमाणपत्र. १९६९ सालापासून या क्षेत्रात वैविध्यपूर्ण कामगिरी व सखोल अनुभव.
- सिंगापूर सरकारच्या मिनिस्ट्री ऑफ कम्युनिटी डेव्हलपमेंटमध्ये मानसशास्त्रीय सहाय्य विभागात उपसंचालक म्हणून पाच वर्षे कार्यरत.
- सध्या स्वत:चे क्लिनिक चालवत असून मानसशास्त्रीय समुपदेशन करतात व अनेक उद्योगसमूहांमध्ये प्रशिक्षण कार्यक्रम राबवितात.

पत्ता : १६, 'मल्लिका', मकरंद सहनिवास,
वीर सावरकर मार्ग, माहिम, मुंबई १६.
फोन : २४४६५२५२ / मोबा. : ९८२०२९४८८८

हिंसाचाराची सामाजिक कारणे

हिंसाचाराची व्यापक व्याख्या करताना त्या मागच्या आक्रमक प्रवृत्तीचा पायाभूत विचार आवश्यक आहे. ही प्रवृत्ती ज्या विचारांमधून निर्माण होते त्याकडेही लक्ष द्यावं लागेल.

आपल्या दैनंदिन व्यवहारात, धकाधकीच्या शहरी आयुष्यात माणसाची चीडचीड वाढलीय. अगदी सामान्य प्रसंग... लोकल ट्रेनमध्ये बसण्यासाठी जागेवरून वाद नव्हे तर तीव्र भांडणे होतात. हे असं का?

जीवनातील वाढती गती दिनक्रमातला मानवी चेहरा पुसून माणसाला यांत्रिकतेकडे नेते... दोन माणसांमधली पर्सनल स्पेस... खासगी मानसिक अवकाश यामुळे कमी होतो. भर गर्दीत माणसं एकमेकांकडे पाहत नाहीत. त्यांना परका संपर्क नको असतो. आपलं खासगीपण जपायचं असतं. या खासगीपणावर होणारे आघात माणसाला चीडचिडीकडे नेतात. हे जे खासगी मानसिक अवकाश हवं असतं त्याचप्रमाणे खासगी स्वतंत्र वावर करण्याची, विचार करण्याची जागा हवी असते. छंद जोपासण्यासाठी, दुःखाला वाट देण्यासाठी जागा हवी असते तीसुद्धा मिळत नाही. चीडचीड वाढतच जाते. यात भर पडते ती असहाय्यपणाची.

मी समोरची परिस्थिती बदलायला असमर्थ आहे, हे वाटणंच खूप त्रासदायक असतं. असे विचार प्रयत्नपूर्वक दाबून टाकून दिनक्रमाचं रहाटगाडगं चालू ठेवावंच लागतं. त्यामुळे ही चीडचीड मनात वारंवार घोळवली जाते. प्रत्येक गोष्टीवर त्या चीडकेपणाचा रंग चढतो. अचानक संधी मिळाली की ही चीडचीड उपलब्ध असलेल्या व प्रतिकारशक्ती मर्यादित असलेल्या व्यक्ती वा वस्तूंवर हिंसक कृतीच्या स्वरूपात काढली जाते. बसेस जाळणं, दुकानं लुटणं, काचा फोडणं हे अशा तऱ्हेचे सामूहिक स्फोट असतात.

गाड्या लेट झाल्यावर स्टेशनवर होणारी तोडफोड, जाळपोळ काय किंवा कामाच्या

ठिकाणी ताण असह्य झाल्यामुळे घरी आल्यावर व्यसनाधीनता किंवा घरच्या लोकांवर हात उगारणे हेही अशाच तऱ्हेचे उद्रेक असतात. ही चीड हिंसक स्वरूपात सामूहिकरीतीनं किंवा वैयक्तिकरीतीनं काय, व्यक्त होते तेव्हा तिच्यामागे कारणांचे समान धागे असू शकतात.

आक्रमक वृत्तीचं प्रदर्शन केल्याशिवाय आपलं इप्सित साध्य होणारच नाही असाही समज हिंसाचार वाढीस लावतो. हा समज जसजसा घट्ट होतो तसतशी व्यक्ती समस्या निवारणाचे इतर मार्ग पारखूनच पहात नाही. मारहाण, आरडाओरड यापेक्षा गोडीगुलाबी, युक्ती-प्रयुक्ती वापरणं चांगलं हे लक्षात घेतलं जात नाही.

यात भर पडते ती प्रसारमाध्यमांमुळे. प्रसारमाध्यमांमुळे हिंसाचार ज्या तऱ्हेनं प्रक्षेपित होतात किंवा त्याचं एक प्रकारचं उदात्तीकरणं होतं त्यातून हिंसाचाराला प्रतिष्ठा मिळते. म्हणून त्यामधूनही हिंसाचार हाच समस्यांवरचा तोडगा आहे हा समज बळावतो. अपरिपक्व मनावर त्याचा मोठा ठसा उमटू शकतो. याचा अर्थ सामाजिक हिंसाचारासाठी फक्त प्रसारमाध्यमेच शंभर टक्के जबाबदार असतात असं नाही. पण प्रसारमाध्यमं ही एकंदर कॅनव्हासचा भाग असतात, हे त्यांनासुद्धा नाकारता येणार नाही.

आक्रमक वृत्तीचं लहानपणापासूनच योग्य किंवा विधायक स्वरूपात विवेचन करणं मुलांना शिकवायला हवं. स्पर्धात्मक खेळ हे युद्धाचं विधायक स्वरूप आहे, असं म्हटलं जातं ते एवढ्या करताच! मुलाची मानसिक क्षमता, कल लक्षात घेऊन व्यक्तिमत्त्व विकास घडवणं हा यावरचा महत्त्वाचा प्रतिबंधात्मक उपाय आहे. कुटुंबांमधून, शाळांमधून तो जाणीवपूर्वक अंमलात यावा.

एखाद्या समस्येची उकल करताना अनेक पर्याय उपलब्ध असतात. आक्रमकता हा विध्वंसक प्रवृत्तीचा मार्ग असतो. इतर पर्यायांचा अग्रक्रमाने विचार करणं आवश्यक ठरतं. हा विश्वास मुलांमध्ये निर्माण करणं महत्त्वाचं आहे.

समाजातील आक्रमकता आणि टोकाचा हिंसाचार दाखविणाऱ्या काही घटना यांच्यातला भेद नीट समजून घ्यायला हवा. टोकाच्या हिंसाचाराच्या घटना अलीकडे प्रसारमाध्यमांमुळे आपल्यापर्यंत ताबडतोब पोहोचतात. माध्यमांना अशा बातम्या प्रसृत करण्यात रस असतो. लोकांनाही त्या वाचायला हव्या असतात. अशा घटनांमागे विकृती असण्याचे प्रमाण जास्त असू शकते. अशा घटना पूर्वीही घडत नसतील असं नव्हे. खुनांची मालिका किंवा स्वतःच्या अपत्यांचा निर्घृण खून किंवा इतर विकृत कृत्ये ही त्या व्यक्तीच्या मानसिक घडणीमुळे घडतात. पूर्वीही ती तशी घडत असणारच! परंतु त्या सर्वत्र सर्वदूर पसरत नसतील. आज जग इतकं जवळ आलंय की कुठे कोपऱ्यात

घडलेली घटना क्षणार्धात सर्वदूर पोहोचते. म्हणून अशा घटना अधिकाधिक प्रमाणात भयावह वाटायला लागतात.

समाज बदलतो आहे आणि या बदलत्या समाजात व्यक्तिवाद वाढला आहे. वाढता व्यक्तिवाद समाजातील सर्व वयोगटातील व्यक्तींना अधिक आक्रमक बनवितो. त्यामुळे व्यक्ती-व्यक्तींमधील किंवा नात्या-नात्यांमधील संघर्षाची शक्यता वाढते. त्यातच व्यक्तींमध्ये सहिष्णुतेचा अभाव असेल तर वैचारिक मतभेदांना प्रत्यक्ष हिंसाचारावर उतरण्यास वेळ लागत नाही. बेरोजगारी हेही हिंसाचाराचं कारण आहे. पण त्यांच्या मुळाशी काय आहे?

मुलांना काम नाही म्हणजे त्यांना काम नको आहे असं नाही. बेरोजगारीची परिस्थिती त्यांनाही नकोशीच असते. आपल्या भविष्याबद्दलची अनिश्चितता मनात असते. त्यातून चीड उद्‌भवते. 'मी ही परिस्थिती बदलू शकत नाही,' ही असहाय्यता चिडचिड वाढवते. मग संधी मिळाली की ही चिडचिड उपलब्ध असलेल्या वा प्रतिकारशक्ती मर्यादित असलेल्या व्यक्तीवर किंवा वस्तूवर काढली जाते. त्यातून हिंसाचार उद्‌भवतो.

दहशतवाद आणि त्यातून उद्‌भवणारा हिंसाचार यांचा विचार मात्र वेगळ्या तऱ्हेने करावा लागेल. कारण त्याची मुळं, त्याची कारणं अगदी भिन्न असतात. माणसं एका विशिष्ट विचारसरणीची, ध्येयाची बांधिलकी मानतात. त्यामुळेच ती एकत्र येतात. मात्र प्रत्यक्ष वर्तन करताना विचारसरणी पातळ होत जाते. ही विचारसरणी बहुसंख्य समाजाला यातनादायक असली तरी हाच मार्ग खरा आहे हे अनुयायांवर वारंवार ठसवलं जातं. त्यामुळे आपण करीत असलेली कृती ही विघातक नसून स्वत:ला तसेच स्वत:च्या गटाला उच्च पातळीवर नेणारी आहे, असा समज घट्ट करून दिला जातो. सर्व दहशतवादी गटांच्या कृतीचा हा गाभा आहे.

एकदा मनात असा समज रुजला, वाढला, फोफावला की दहशतवादी संघटनांमध्ये काम करणाऱ्या व्यक्ती पुरेशा बेडर बनतात. दहशतवादी संघटनांचे ध्येय (त्याकडे नेणारी विचारसरणी) हे तत्वत: सामाजिक न्यायावर आधारित असते. पण ते ध्येय सिद्ध करण्यासाठी हिंसा हा एकमेव मार्ग आहे, अशी ताठर भूमिका घेतली जाते. हिंसेकडे, आक्रमकतेकडे सुरुवातीस साधन म्हणून पाहिले जाते. हळूहळू ते साधन न राहता दहशतवादी गटाचं साध्य होतं. त्यातून बसणारी जरब, मिळणारा पैसा आणि लोकांवर चालणारी सत्ता या मोहात पडलेले दहशतवादी हिंसेकडे साध्य म्हणून पाहू लागतात. या साऱ्या प्रवासात विचारसरणी व तत्त्वे केव्हा नाहीशी होतात, ते त्यांचे त्यांनाही कळत नाही.

कुमार वयातील व तरुण वयातील मुलांमध्ये हिंसाचार दिसून येतो. या मागे आंधळा साहसवाद, थरारकता आणि सातत्यानं मनाची राहणारी उत्तेजित अवस्था, त्या अवस्थेत जगण्याची इच्छा, समवयस्कांच्या गटाचा प्रभाव आणि श्रीमंत जीवनशैलीने जगण्याची

इच्छा, पटकन् कोणतेही कष्ट न करता इतरांच्या कष्टावर हात मारून विनासायास पैसा मिळविण्याचा अट्टहास या साऱ्या घटकांचा प्रभाव जाणवतो. हा प्रभाव इतका खोल असतो की त्यामध्ये घ्यावे लागणारे धोके वा चुकवावी लागणारी किंमत या गोष्टींकडे ती व्यक्ती त्याक्षणी डोळेझाक करते. या वयातील मुलांपुढे विधायक पर्याय उभे करण्यात आलेले अपयश हेसुद्धा या वयातील मुलांच्या हिंसाचारामागचे एक प्रमुख कारण असते. थरारकता किंवा उत्तेजितता या गोष्टी एखाद्या निर्मितीत, सृजनात, छंदात लागू शकतात. त्याकडे या मुलांना पहिल्यापासून वळवणं हाही यावरील प्रतिबंधात्मक उपाय आहे.

व्यसनाधीनता हे हिंसाचाराचे आणखी प्रमुख कारण. व्यक्ती व्यसनामध्ये जसजशी खोल जाते, अधिकाधिक गुरफटते तसतशी ती हिंसाचाराच्या जवळ जाते. व्यसनाधीनता वाढल्याने विवेकशक्ती मंदावते. व्यक्तिमत्त्वाशी तडजोड करण्यात त्या व्यक्तीला वेगळे काही वाटत नाही. व्यसनाधीनतेमध्ये ब्राऊन शुगर किंवा अनली पदार्थ मिळाला नाही तर माणूस हिंसक बनतो. दारू पिणारा माणूस अतिरिक्त मद्यपानानंतर ताळतंत्र बिघडून हिंसक बनू शकतो.

मुलांचा व्यक्तिमत्त्वविकास, त्यांच्या प्रवृत्तीला विधायक वळण, समस्यांची उकल करण्यास विविध पर्याय उपलब्ध असल्याची जाण, विवेकशक्तीची जोपासना हे यावरील प्रमुख प्रतिबंधात्मक उपाय आहेत. पालक आणि शिक्षक यांचे दबावगट विघातक गोष्टींना प्रतिबंध करू शकतात.

– डॉ. आनंद नाडकर्णी

■

डॉ. आनंद नाडकर्णी

- ख्यातनाम मनोविकारतज्ज्ञ.
- इन्स्टिट्यूट ऑफ सायकॉलॉजिकल हेल्थ या संस्थेच्या प्रवर्तकांपैकी एक.
- संस्थेतर्फे मानसिक आरोग्यविषयक जाणीव जागृतीचे अनेक कार्यक्रम.
- मुलांना व पालकांना समुपदेशन जिज्ञासा प्रकल्प राबविताना लैंगिक शिक्षण, वयात येणाऱ्या मुलांच्या समस्यांचे निराकरण वगैरेंवर भर.
- अनेक सामाजिक उपक्रमांमध्ये सहभाग.
- मानसिक आरोग्यांशी निगडित लेखन प्रसिद्ध.

फोन : २५४३३२७० / २५४२८१८३.

विचारांचं प्रदूषण हिंसा वाढवते

विचार ही जीवनाची गंगोत्री असून विचाराप्रमाणे माणसाचे सर्व जीवन घडविले किंवा बिघडविले जाते. ज्याप्रमाणे अलाउद्दीनकडे जादूचा दिवा होता, त्याप्रमाणे परमेश्वराने प्रत्येक माणसाला विचारशक्तीचा जादूचा दिवा ठेवलेला आहे. या दिव्याचा वापर करण्यासाठी परमेश्वराने माणसाला बुद्धी दिलेली आहे. या बुद्धीचा योग्य विनियोग करून विचारशक्तीद्वारे उत्कर्ष, उन्नती, शांती, समाधान माणसाला प्राप्त करून घेता येते. या सारख्या तत्त्वज्ञानातून 'तूच आहेस तुझ्या जीवनाचा शिल्पकार' ही जाणीव माणसाला करून देणाऱ्या सद्गुरू श्री. वामनराव पै यांची प्रत्यक्ष गाठ घेतली. त्यांच्या जीवनविषयक तात्त्विक अधिष्ठानातून, आध्यात्मिक चिंतनातून 'वाढता हिंसाचार' या समस्येची कारणमीमांसा त्यांनी सांगितली. निराकरणाचे मार्गही सुचवले. आपण दुसऱ्यांना जे सुख किंवा दुःख देतो ते सुख–दुःख आपणाकडे बुमरँग होऊन, न चुकता परत येते हा निर्सगाचा अटळ नियम ध्यानात घेऊन माणसाने वर्तन करावे हा त्यांनी दिलेला बोध समाजाला सदाचरणाकडे प्रवृत्त करणारा, पर्यायाने हिंसाचारासारख्या दुष्कर्मापासून दूर ठेवणारा आहे. अर्थात त्यासाठी हे विचारमंथन मनामनांत खोलवर रुजून, अंकुरानिशी दृश्य स्वरूपात बाहेर पडण्याची विशेष गरज आहे, हे त्यांचे विचार ऐकताना आपल्या लक्षात येत जातं.

कोणताही माणूस ठरवून गुन्हेगार झालेला नसतो, गुन्हेगार व्हावं असं कुणालाच वाटत नसतं. परिस्थितीचा वेढा, कुसंगतीचा परिणाम आणि मार्गदर्शनाचा अभाव यामुळे माणसातला माणूस हरवून जाण्याची प्रक्रिया सुरू होते. यातूनच पुढे गुन्हेगारीसारख्या पराकोटीच्या क्रूरतेचा उद्‌भव माणसाच्या ठायी होतो. योग्य वयात योग्य ते मार्गदर्शन न मिळणे, संस्कार न होणे याचे अतिशय गंभीर स्वरूपाचे परिणाम होऊन मुलांचं आयुष्य भरकटायला लागतं, त्यांच्या जीवननौकेला स्थैर्याचा किनारा उरत नाही. म्हणूनच बालसंस्कारासंदर्भात अधिक समग्रतेनं ते आपले विचार मांडतात. साधारण आठ वर्षांपर्यंत

केले जाणारे संस्कार मुलांच्या मनात दृढ होऊन बसतात. वज्रलेपासारखे! या वयात त्यांचं अंतर्मन अधिक प्रभावी असून त्याची ग्रहण करण्याची शक्ती तीव्र असते. फक्त अडाणी पालकांकडूनच मुलं सुसंस्कारित न होण्याचा गुन्हा घडतो असं नाही; अगदी काही सुशिक्षित पालकसुद्धा याला जबाबदार आहेत. मुलं लहान असेपर्यंत त्यांचं वारेमाप कोडकौतुक करायचं, त्यांच्यावर योजनापूर्वक सुसंस्कार करण्याचा जराही प्रयत्न करायचा नाही आणि त्यांना समज यायला लागल्यावर मात्र त्यांना इष्ट सवयी लावण्यासाठी हरतऱ्हेने त्यासाठी प्रयत्न करायचे. पालकांच्या या आतार्किक नीतीचा मुलांवर व्हायचा तोच परिणाम होतो. लहानपणी केले गेलेले अवाजवी लाड या मुलांना उद्दाम बनवतात. मोठेपणी ते आई-वडिलांचे ऐकत नाहीत, त्यांनी करू घातलेल्या संस्कारांना ही कळती मुलं मुळीच दाद देत नाहीत. शेवटी त्या मुलांच्या नशिबावर हवाला ठेवून राहण्यापलीकडे पालकांना दुसरा पर्याय उरत नाही. म्हणून नवीन पिढी संपूर्णत: आदर्श घडवायची असेल तर मुलांवर लहान वयात सुसंस्कार होतील व त्यांना इष्ट सवयी लागतील अशी योजना करणे आवश्यक आहे. योग्य वयात झालेले संस्कार मुलांना अर्थातच कुमार्गाकडे जाऊ देत नाहीत.

कुसंगती हे सुद्धा मुलांना वाममार्गाला लावणारं एक मुख्य कारण आहे. शाळेत सज्जन, हुशार समजली गेलेली मुलं कॉलेजात वाईट संगत लाभल्याने पार रसातळाला गेल्याची अनेक उदाहरणं आहेत. म्हणून संगत धरण्याच्या बाबतीत प्रत्येक माणसानेच अतिशय सावध असले पाहिजे. पण सामान्य माणसं प्राय: बेसावधपणे संगत धरतात. परिणामी व्यसनाधिनता, गुन्हेगारी, हिंसाचार या दुष्टचक्रात सापडून तिथून परतण्याचा मार्ग त्यांच्यासाठी बंद होतो.

परमेश्वर आपल्यावर कृपा करतो. तसाच त्याचा आपल्यावर कोपही होत असतो ही सर्वसामान्यांची पक्की धारणा असते, पण वस्तुस्थिती अशी नाही. परमेश्वर माणसाच्या जीवनात मुळीच हस्तक्षेप करीत नाही, असं श्री. वामनराव पैचं पर्यायाने जीवनविद्या तत्त्वप्रणालीचं ठाम प्रतिपादन आहे. अखेर परमेश्वर म्हणजे तरी काय? निसर्गनियमांसहित नैसर्गिक स्वयंचलित नियंत्रण व्यवस्था म्हणजे परमेश्वर. परमेश्वर मूर्ती नाही, व्यक्ती नाही किंवा नुसती शक्तीसुद्धा नाही. परमेश्वराचे आनंद हे स्वरूप असून जाणीव हे त्याचे रूप आहे व शक्ती हा त्याचा गाभा होय. तेव्हा दगडाच्या मूर्तीसमोर मस्तक टेकवून, केलेल्या पापांची कबुली देऊन, त्या पापांमधून मुक्ती मिळत नसते. खंडणी मागायची आणि ती न मिळाल्यास निरपराध माणसांची क्रूर हत्या करायची. या हत्येचं पातक गुन्हेगाराला जन्मभर चिकटून राहतं, देवासमोर गुडघे टेकवून ते धुतलं जात नाही. देव-देव केल्याने, दानधर्म केल्याने माझे गुन्हे मला माफ होतात, अशी समजूत करून घेऊन गुन्हेगार स्वत:लाच फसवत असतो. माझ्या हातून घडलेला हिंसाचार झेलून घेऊन, मला पापमुक्त करायला कुणीही परमेश्वर बसलेला नाही, हे प्रत्येक

गुन्हेगारानं लक्षात घेतलं तर त्याच्या दुष्ट कृत्यांना थोडाबहुत तरी आळा बसू शकेल.

मुळात आपली देव ही संकल्पना तितकीशी बरोबर नाही, त्याच्या जोडीने येणाऱ्या धर्म आणि संस्कृती या संकल्पनाही तशाच स्वरूपाच्या; गणितातली पहिली स्टेप चुकली की अख्खं गणित चुकून जातं तसा हा प्रकार आहे. सामान्य माणूस अशा स्वरूपाचा विचार करू शकला तरच भोवतालची भयंकर स्थिती सुधारण्याला वाव आहे, दुष्ट प्रवृत्तींचं दमन होण्याची शक्यता आहे.

शस्त्रास्त्रांचा वाढता साठा हा हिंसाचार वाढवायला आज पोषक ठरला आहे. पूर्वी तलवारींनी माणसं मारली जायची, त्या बदल्यात आज क्षेपणास्त्रांचा, ॲटमबॉम्बचा, बंदुकीच्या फैरींचा वापर केला जात असल्याने हिंसाचार अधिक गडद होत चालला आहे. हत्या करून झाल्यावर पळून जाण्यासाठी मोटरसायकली, कार्स यासारखी वाहनं उपलब्ध झाल्यानं गुन्हेगारांची व्यवस्थित सोय झाली आहे. हा मुद्दा विशद करताना ते पुढे म्हणतात की, विज्ञानाचा नको तसा फायदा, नको तेवढ्या प्रमाणात दुर्जनांनीच घेतला आहे. त्यांच्या मते बरीचशी गुन्हेगारी रागाच्या भरात होते. राग अनावर झाल्याने माणसाचा स्वत:वरचा ताबा सुटतो, अशा वेळी तो विवेक हरवून बसतो, भले-बुरेपणाचं भान त्याला उरत नाही म्हणूनच रागावर काबू ठेवणं ही सर्वात महत्त्वाची बाब ठरते. हा राग किंवा क्षोभ आवरता आला तर बरेच अनिष्ट प्रकार टळतील.

राजकारण, धर्मकारण आणि अर्थकारण या तीन गोष्टींसाठी हिंसाचार घडत असल्याची अनेक उदाहरणं आहेत. खरंतर विचारांचं प्रदूषण हेच सर्व समस्यांचं मूळ

कारण आहे. परंतु दुर्दैवाची गोष्ट अशी की, या सत्याचे ज्ञान मानवजातीला झालेले दिसत नाही व त्यामुळे मूळ समस्येवर उपाययोजना केली जात नाही. देव, धर्म, संस्कृती, नियती, सुख, पापपुण्य वगैरे गोष्टींसंबंधी माणसाला कमालीचे अज्ञान असते.

याअज्ञानाच्या अधिष्ठानावर जे शिक्षण व संस्कार कळत किंवा नकळत केले जातात, त्याप्रमाणे प्रचंड स्वरूपात विचार-प्रदूषण निर्माण होते. या मूळ समस्येवर प्रभावी उपाययोजना केली गेली तरच मानवजातीला सुख, शांती, समाधान मिळणे शक्य आहे. अशा सुखाचं, शांतीचं आणि समाधानाचं अधिष्ठान जगाला लाभल्यास कोण आणि कशासाठी हिंसाचाराकडे वळेल?

अलीकडे भररस्त्यात दिवसाढवळ्या खून होताना दिसतात, अशावेळी बघे लोक खुनी माणसाला अडवायला जात नाहीत कारण मधल्यामध्ये आपल्याला प्राणाला मुकावे लागेल असं भय त्यांच्या मनात असतं. अर्थात बघ्याचं हे असं वागणं मुळीच समर्थनीय नाही. कारण ते माणुसकीला सोडून आहे. डोळ्यांसमोर घडत असलेला हिंसाचार थांबवावा असं मनातून वाटत असतं पण पुढे होऊन तसं करण्याचं धाडस मात्र त्यांना होत नाही. ही कोंडी फोडण्यासाठी, सज्जनांनी सशस्त्र आणि संघटित व्हावं हा मार्ग सद्‌गुरू सुचवतात. सज्जन माणसं शस्त्रांचा गैरवापर कधीच करणार नाहीत, दुर्जनांचा निर्भयपणे प्रतिकार करायला ते या शस्त्रांमुळे सिद्ध होतील. संघटित झाल्याने अर्थातच त्यांचं बळही वाढेल. शाळा-शाळांमधून मुलांना आणि मुलींनासुद्धा सैनिकी शिक्षण दिलं जावं, किंबहुना या विषयासाठी जास्तीत जास्त गुण ठेवावेत, असा त्यांचा आग्रह आहे.

जेणेकरून लहान वयातच मुलांना धाडसाची सवय लागेल आणि भविष्यात हिंसाचाराविरुद्ध लढण्याची त्यांची मानसिक तयारी असेल. प्रतिकारासाठी सिद्ध झालेला समाज गुन्हेगारांचं मानसिक बळ खच्ची करू शकतो आणि हे असं होण्याची आज नितांत गरज आहे.

एका टॅक्सीवाल्यानं सद्‌गुरूंना सांगितलेला अनुभव इथे मुद्दाम लक्षात घेण्यासारखा आहे. दोन प्रवासी त्याच्या टॅक्सीत चढले, उतरताना ते भाडं द्यायला तयार होईनात. त्यांनी अर्वाच्य शब्द वापरायला सुरुवात केली. ते दोघेही गुंड असल्याचं टॅक्सीवाल्याच्या लक्षात आलं. त्याने चटकन प्रसंगावधान राखून आपल्या टॅक्सीतून एक रॉड काढून त्या गुंडांवर जोरात प्रहार केला. ते उठण्याच्या आत आपल्या टॅक्सीत बसून तो भरधाव वेगाने निघून गेला. टॅक्सीवाला घाबरला असता तर त्यादिवशी त्या गुंडांनी त्याला कदाचित जिवानिशीसुद्धा मारलं असतं. पण त्याचं धाडस कामी आलं. गुंडांचा डाव उधळला गेला.

खून, बलात्कार, आत्महत्या याखेरीज जगात दुसरं काही घडतंय की नाही असा प्रश्न वर्तमानपत्रातल्या बातम्या वाचून मनाला पडतो. त्यामुळे खूप उदास, विषण्ण

व्हायला होतं. पण वास्तवात सगळं वाईटच वाईट घडत नाही; काही दिलासा देणाऱ्या, मनाला उभारी देणाऱ्या घटनाही घडत असतात. या घटनांना वर्तमानपत्रांनी ठळक प्रसिद्धी दिल्यास थोडेसे आशादायी चित्र नक्कीच निर्माण होऊ शकेल.

जीवनविद्या परिवारातील पुण्याच्या डॉ. विद्या जोशी यांचा एक अनुभव वामनरावांनी मुद्दाम नमूद केला. वेळ रात्रीची होती, रस्ते बरेचसे सामसूम झाले होते. विद्याताई आणि त्यांची सात-आठ वर्षांची मुलगी रिक्षाची वाट बघत उभ्या होत्या. त्यांना कर्वेनगरला जायचं होतं. रिक्षा काही मिळत नव्हती. तेवढ्यात एक रिक्षावाला झर्रकन पुढे गेला आणि का कुणास ठाऊक पुन्हा मागे येऊन त्या दोघींपाशी थांबल्या. त्या दोघी रिक्षात बसल्या खऱ्या पण एकूण त्या रिक्षावाल्याचा नूर त्यांना तितकासा ठीक वाटला नाही. मनातून त्या खूप घाबरल्या होत्या पण वरकरणी तसं न दाखवता त्यांनी जीवनविद्या मिशनची प्रार्थना खड्या स्वरात म्हणायला सुरुवात केली, -

'हे ईश्वरा, सर्वांना चांगली बुद्धी दे, आरोग्य दे, सर्वांना सुखात, आनंदात, ऐश्वर्यात ठेव. सर्वांचं भलं कर, कल्याण कर, रक्षण कर आणि तुझे गोड नाम मुखात अखंड राहू दे.'

ही प्रार्थना म्हणता म्हणता त्या घरापाशी पोहोचल्या - रिक्षावाल्याच्या हातात ५० रुपयांची नोट कोंबून, सुटे पैसे परत मिळण्याची वाट न बघता त्या मायलेकी पटकन घराच्या दिशेनं निघाल्या. तेव्हा त्या रिक्षावाल्यानं त्यांना मुद्दाम थांबवून अक्षरश: लोटांगण घातलं, व म्हणाला, 'माझ्या मनात खरंच खूप वाईट हेतू होता. पण तुमच्या प्रार्थनेनं मला बदलवून टाकलं.' सांगताना त्याचे डोळे भरून आले. विशेष म्हणजे तो मुसलमान होता.

अध्यात्मचिंतन हा विलक्षण प्रभावी मार्ग आहे. वाममार्गाला लागलेली कितीतरी माणसं त्यामुळे सन्मार्गी लागल्याची उदाहरणं आहेत. अपयशानं खचून आत्महत्येला प्रवृत्त झालेल्या अनेकांना, आध्यात्मिक विचारांनी पुन्हा जीवनाकडे वळवलं आहे. नामस्मरण हा अध्यात्मातील अतिशय साधा, सुंदर नि तेवढाच प्रत्ययकारी असा भाग आहे. नित्य नामस्मरण केल्याने माणसाच्या मनातील जे जे अनिष्ट ते सारे नष्ट होऊन माणसाचं मन शांत, निवांत व निर्मळ होतं- या त्यांच्या सांगण्याला अनुभवांचा आधार आहे. अपयशातून येणारं खचलेपण, दु:खातून येणारे थकलेपण आणि अहंकारातून येणारे 'मी' पण दूर सारण्याची शक्ती नामस्मरणात आहे, अध्यात्म चिंतनात आहे. हिंसाचारापासून माणसाला परावृत्त करण्याची ताकदही त्यामध्ये आहेच आहे!

'सर्व प्रकारची सुखे मला प्राप्त व्हावीत, यश, कीर्ती, संपत्ती, सत्ता मला लाभावी, इतर खड्ड्यात गेले तरी चालतील' ही विकृत धारणा बहुतेक माणसांच्या ठिकाणी वास करीत असते. या विकृत धारणेतूनच त्याच्या वैयक्तिक व सामाजिक जीवनात संघर्षाच्या ठिणग्या उडायला लागतात. माझ्या सुखाच्या आड जो कोणी येईल त्याला संपवून

टाकण्याचे मार्ग शोधले जातात. माणसाला पशुत्वाकडे नेणारी ही विकृत धारणा नष्ट करून त्या जागी सुसंस्कृत धारणा प्रस्थापित करण्याचं कार्य सामाजिक, शैक्षणिक संस्थांनी व राज्यशासनाने युद्धपातळीवर केलं पाहिजे ही सद्‍गुरू श्री वामनराव पै यांची इच्छा फलद्रूप होईल? ती फलद्रूप झाली तरच, रस्तोरस्ती रक्त सांडणाऱ्या अमानवी कृत्यांना पायबंद बसेल, माणसाला मोकळा श्वास घेणं शक्य होईल.

– सद्‍गुरू वामनराव पै

■

सद्‍गुरू श्री वामनराव पै

- जीवनविद्या तत्त्वज्ञानाचा प्रसार, प्रचार व सामान्यजनांना आनंदी, समाधानी जीवनासाठी मार्गदर्शन हे जीवितकार्य.
- शास्त्रशुद्ध विचार, अंधश्रद्धा निराकरण, तर्काधारित प्रतिपादन व गीता पायाभूत मानून तत्त्वज्ञानाची मांडणी करीत लोकांच्या मनात सकारात्मक दृष्टी व मानवतावाद रुजविणारे आधुनिक संत.
- 'तूच तुझ्या जीवनाचा शिल्पकार' हे सोप्या भाषेतील त्यांचे पुस्तक फार लोकप्रिय ठरले.
- त्यांची सुमारे २० पुस्तके प्रसिद्ध असून त्याचे अनेक भाषांमधे अनुवाद झाले आहेत.

पत्ता : संपर्क व चौकशीसाठी : नामसंप्रदाय मंडळ, हनुमान मंदिर, २५ए, दत्ताराम लाड मार्ग, काळा चौकी, मुंबई ३३.
फोन : २४७०८७२ (नामसंप्रदाय मंडळाचा फोन आहे.)
इ मेल : wamanrao@jeevanvidya.org

बळी ठरलेल्यांची मानसिकता

लेखिकेच मानववंशशास्त्र, समाजशास्त्र व मानसशास्त्र याचा सखोल अभ्यास आहे. समुपदेशनाचा प्रदीर्घ अनुभव आहे. या साऱ्यातून त्यांनी केलेल्या अभ्यासाचा हा काही भाग.

अ : व्यक्तीवर हिंसाचार झाल्यास तात्काळ काही भावनिक प्रतिक्रिया दिसून येतात.

१) संताप / राग :- आपण मार खातो आहोत. प्रतिकार करण्याची ताकद आपल्या अंगी नाही किंवा समोरचा वरिष्ठ माणूस मानसिक छळ करतो आहे, लैंगिक सतावणूक करतो आहे, पण आपण हतबल आहोत याचा संताप हिंसाचाराचा बळी असलेल्या माणसाच्या मनात धुमसत असतो.

२) आश्चर्य :- मी काहीच केलं नाही. माझा काही अपराध नाही. दूरान्वये संबंध नाही मग एकाएकी माझ्यावर का हल्ला होतोय ? मला का लक्ष्य बनवलं जातंय ? अशी प्रतिक्रिया होऊ शकते.

३) भीती :- हिंसक हल्ला अचानक झाला व माणूस त्यात जाणता किंवा अजाणता सापडला तर प्रचंड घाबरतो. एखादं हिंसक कृत्य बघितलं तरी त्या कृत्याच्या जागेपासून दूर जावं किंवा आपण नजरेत न भरू असं कुठं तरी लपावं, हातपाय बांधून बसावं अशी त्याची प्रतिक्रिया होते. किंवा चोरी करताना एखादा चोर पकडला गेला तर आता आपल्यावर हिंसक हल्ला होणार या समजुतीने देखील भीतीची प्रतिक्रिया उमटते.

४) शत्रुत्वभाव :- एखाद्याने आपल्या संदर्भात हिंसाचार केला किंवा हिंसाचार उघडपणे रस्त्यावर चाललेला असला तर हिंसाचार करणाऱ्याविषयी मनात घृणा आणि शत्रुत्वभाव उमटतो. त्याच्याशी दोन हात करावेत आणि त्याला त्याची जागा दाखवून द्यावी अशी खुमखुमी येते. कुणी भांडताना अचानक थोबाडीत मारली तर त्याच्यावर

प्रतिप्रहार करण्याची पहिली प्रेरणा मनात उमटते.

५) अविश्वास :– हे असं घडू शकतं? मला पकडून लोक मारू शकतात? न्यायाचं-कायद्याचं राज्य असताना आपण हिंसेचे बळी ठरतो आहोत हे खरं की दु:स्वप्न असा अविश्वास मनात निर्माण होतो.

६) स्वत:च्या ताकदीविषयी शंका किंवा घडणाऱ्या गोष्टीत स्वत:ची चूक असल्याची शंका :– माझ्यावर हा हल्ला होतोय. खरंच मी चुकलो/ चुकले का? ज्या गोष्टीबद्दल हे लोक शिक्षा देऊ पाहत आहेत, ती इतक्या वाईट तऱ्हेनं माझ्या हातून घडली आहे का? मी याचा प्रतिकार करू शकेन का? अशी शंका. अशी संभ्रमित अवस्था होते.

७) शरम आणि फजिती झाल्याची भावना :– इतके लोक आपल्याला दूषणे देत आहेत, मारत आहेत किंवा अमुक माणूस आपल्याला तडाखे लगावतोय, शिव्या देतोय, आपला प्रतिकार तोकडा पडतोय. लोक आपल्याबद्दल काय विचार करीत असतील? भेकड आणि दुर्बळ म्हणत असतील, हसत असतील असे लाजीरवाणे, फजिती झाल्याचे भाव. हे भाव शारीरिक वेदनेहून अधिक क्लेशदायक असतात कारण ते आपल्या आत्मसन्मानाला धक्का लावतात.

८) धक्का बसणे :– अनपेक्षित गोष्टीचा धक्का बसतो किंवा असा हिंसक हल्ला होईल अशी कल्पना असूनही प्रत्यक्ष हल्ला होणार नाही असं कुठे तरी मनात वाटत असतं. किंवा अमुक व्यक्ती हल्ला करण्याची, मारण्याची शक्यता नाही. आपल्यावर तर ती हल्ला करणं अशक्यच! (त्याची कारणे काहीही असतात. ती व्यक्ती घाबरट आहे असे वाटणे, स्वभाव शांत असणे, आपल्याशी तिचे चांगले संबंध असणे. हल्ला करणे किंवा भांडण करणे यासाठी काही कारण नसणे) असं वाटत असताना हल्ला झाला की धक्का बसतो.

९) अपराधी भावना :– एखादी व्यक्ती हिंसक तऱ्हेनं वागते आहे, त्याला आपण जबाबदार आहोत किंवा त्या व्यक्तीच्या हिंसक वागण्यानं सार्वजनिक मालमत्तेचं नुकसान होतंय, निरपराध लोक परिणाम भोगत आहेत असं असून आपण काही करू शकत नाही किंवा तेवढ्या प्रतिकाराचं बळ आपणापाशी नाही किंवा रस्त्यात एकाएकी आपल्या मित्रावर कुणी हल्ला केला आणि आपण त्याला पुरेसे संरक्षण पुरवू शकलो नाही किंवा आपणही जखमी झालो असलो तरी मित्राला वाचवू शकलो नाही म्हणून अपराधी भावनेनं मन भरून जातं.

१०) असुरक्षितता :– हिंसक हल्ला झाल्यावर त्या क्षणी जर प्रतिकारासाठी शस्त्र, बळ वा इतर माणसांचे सहकार्य नसेल तर असुरक्षिततेची थंडगार जाणीव आधी मनाला होते. पुढे हिंसक हल्ला होऊन गेला आणि जर माणूस त्यातून बाहेर पडला तरी ही भावना मनावरील पकड सोडत नाही.

११) दुर्बळपणा : – हल्ला झाल्यावर खरं तर प्रतिकारक्षमता असतानासुद्धा एक

असह्य निर्बलता मनाचा ताबा घेते. त्या हिंसक हल्ल्याचा सामना करायला ती माणसाला असमर्थ ठरवते.

१२) मनोभंग :- हिंसक हल्ल्याची शिकार झालेल्या माणसांचा अपरिहार्यपणे मनोभंग होतो. मार खात असताना, वेदना सहन करत असताना अपमानाने मन भरून जाते.

१३) आकर्षण :- हिंसाचार घडत असतांना एक विचित्र आकर्षण मनाचा ताबा घेतं. हिंसा करण्याचं, दुर्बलाला मारण्याचं जसं आकर्षण असतं तसंच टीव्हीवर, सिनेमाच्या पडद्यावर हिंसा घडत असताना त्याचं आकर्षण वाटतं. आपण स्वत: हिंसेची शिकार ठरत असताना आणि त्या हिंसेचा प्रतिकार करत असताना, पूर्णत्वाने त्या घटनेचा विचार करताना त्या हिंसेचं विचित्र आकर्षण वाटू शकतं.

१४) घृणा, तिरस्कार :- हिंसक कृत्य करणाऱ्या माणसाच्या वृत्तीविषयी, एकंदर रक्तपाताविषयी, आक्रमक, संतापी प्रवृत्तीच्या प्रदर्शनाविषयी मन घृणेनं भरून जातं. पुष्कळदा मार खाणारी माणसं घृणेनं थुंकतात किंवा उद्धट नजरेनं बघत राहतात. त्यांच्या तिरस्काराची ती आविष्कृती असते.

१५) चिंता :- हिंसक हल्ला होत असताना आपल्याला किती लागेल, आपण कितपत प्रतिकार करू शकू, जीवघेणा हल्ला तर नसेल ना? आपल्या कुटुंबीयांना काय वाटेल अशा चिंतेनं मनं भरून जातं.

ब : हिंसेचे बळी ठरताना होणारे शारीरिक परिणाम -

घाम सुटणे, थरथरणे, डोळे लाल होणे, अश्रू गळणे, तोंडावर भीतीचे भाव उमटणे, हात हिसडून पळण्याची प्रवृत्ती, हृदयाचे ठोके जलद गतीने पडणे, रक्तदाब वाढणे, हातपाय गारठणे, तोंडातून शब्द न फुटणे, पाय उचलता न येणे, भोवळ येणे, हातापायावरील केस ताठ होणे, तोंड कोरडे पडणे, डोळे विस्फारणे.

क : हिंसाचाराचे बळी ठरलेल्यांना या गोष्टींची गरज असते.

१) समजून घेणे :- त्या व्यक्तीचे दु:ख सहानभूतीने ऐकून त्यांची मन:स्थिती समजणे.

२) उबदारपणा आणि ओलावा :- मनाच्या हळव्या परिस्थितीत ममत्व आणि प्रेमळपणे केवळ केसांवरून हात फिरवला, मी तुझं दु:ख समजून आहे अशा भावाने

त्याच्याकडे पाहिलं, दोन मायेचे शब्द बोलले तरी पुरेसं असतं.

३) अवकाश :- काही वेळी हल्ल्याचा बळी असलेल्या माणसाला थोडा काळ एकटं राहायचं असतं. स्वत:चं छोटसं स्वतंत्र अवकाश हवं असतं. खासगीपणा हवा असतो.

४) आराम :- मन आणि शरीर स्थिर होईतो आराम करणं संयुक्तिक असतं. आपली विखुरलेली मन:स्थिती पूर्ववत करण्यासाठी शारीरिक, मानसिक विश्राम मिळाला तर हल्ल्याची शिकार झालेली व्यक्ती त्या आघातातून सावरू शकते.

५) दु:ख मोकळं करण्यासाठी प्रोत्साहन :- कधी कधी हल्ला झालेली व्यक्ती मूक होते. तिनं दु:ख सांगावं, मन:स्थिती बोलावी यासाठी हळुवारपणे बोलतं करण्याची आवश्यकता असते.

६) अनुभवात इतरांना सहभागी करणे :- आपल्याला आलेला भयानक अनुभव इतरांना सांगावा, त्यातून मोकळं व्हावं, अशा परिस्थितीत इतर कुणी सापडले असतील तर त्यांच्याशी चर्चा करावी. अशी परिस्थिती पुन्हा आली तर काय करावं ते समजून घ्यावं, या गोष्टी आवश्यक असतात.

७) ताबडतोब परिस्थिती हाताळणे :- ताबडतोब परिस्थिती हाताळण्यसाठी कुणी वयस्क वा अधिकारी व्यक्ती तिथं असणं गरजेचं असतं. हल्ला झाल्यानंतर माणूस विकल झालेला असतो. त्यावेळी त्याला कसलं भान नसतं. बावरलेला, विखुरलेला असतो. त्यावेळी परिस्थिती स्वत:च्या हातात घेऊन आवश्यक पावले उचलण्यासाठी एखाद्या खंबीर व्यक्तीची गरज असते. समजा हॉस्पिटलमध्ये न्यायचं आहे, घरच्या माणसांना बोलावून घ्यायचं आहे, प्राथमिक उपचार करायचे आहेत. पाणी, बर्फ, यांची गरज आहे. या साऱ्यासाठी अशी कृतिशील खंबीर व्यक्ती हवी असते.

८) दैनंदिन आयुष्य नेहमीप्रमाणे सुरू करणे :- आपलं नेहमीचं आयुष्य चालू करणं, त्यासाठी आप्तस्वकीयांनी, मित्रांनी मदत करणं, घडली गोष्ट अपघात होता, ती पचवून आयुष्य जगायला हवं अशी उभारी मनात निर्माण होणं गरजेचं असतं.

९) असुरक्षिततेच्या भावनेवर मात :- हिंसक हल्ल्यातून बाहेर पडल्यावर पुन्हा असं घडेल असं वाटत राहतं. हा मानसिक अडथळा माणसाला घाबरट करतो. मानसिक रुग्णतेच्या पातळीवर नेऊ शकतो. माणूस रोजचं जीवन सुरळीतपणे जगू शकत नाही. ही असुरक्षितता मनातून नाहीशी होण्याची गरज असते.

१०) हिंसक हल्ल्यातून वाचल्यानंतर येणाऱ्या अपराधी भावनेवर मात :- बलात्कार वा मानसिकदृष्ट्या खच्चीकरण करणारा हल्ला असेल तर वाचलो कशाला यातून? असं कलंकित भ्याडासारखं आयुष्य कशाला जगायचं? अशा तऱ्हेचे अपराधी भाव मनाचा ताबा घेतात. निराशा उदासीनता मनावर पसरते. त्यातून या व्यक्तीला बाहेर काढणं, त्याची हिंमत वाढवणं, त्याचा काही अपराध नाही अशी आत्मप्रतिष्ठेची भावना

निर्माण करणं गरजेचं असतं.

११) तणावमुक्ती आणि झोप :- हिंसक अनुभवाने साऱ्या तनमनाची वाताहात करून सोडलेली असते. आत्यंतिक तणाव जो मनावर असतो तो हळूहळू ओसरेल, क्षुब्धता कमी कमी होत जाईल, शारीरिक स्थैर्य मिळेल असे उपाय योजणं गरजेचं असतं. एकंदर परिस्थितीशी जुळवून घेण्यासाठी वेळ हवा असतो.

१२) साऱ्या परिस्थितीचा स्थिर चित्तानं विचार :- घडल्या गोष्टीनंतर पुरेसा काळ उलटून गेला की परिस्थितीचं विश्लेषण करणं. आपलं काही चुकलं का? परिस्थिती टाळता आली असती का? राग दूर करण्याचे काही उपाय असतात का? याचा शांतपणे विचार करून, त्या घटनेने जे हादरलेपण येतं ते दूर करणं, मन शांत करणं, सूडाची भावना येऊ न देता सकारात्मक विचार करणं यासाठी साहाय्याची गरज असते.

१३) अशा परिस्थितीचा बळी असलेल्यांना हवी असते माहिती :- समजा कुणी घरफोडी केली, तेव्हा तुम्हाला खूप इजा केली, आग लावली, चालत्या गाडीतून फेकून दिलं तर कायदेशीररीत्या काय करता येतं? विमा किंवा तत्सम इतर आर्थिक पाठबळ कोणतं मिळू शकतं? याची माहिती देणं आवश्यक असतं.

१४) ज्यानं हल्ला केला त्याला निर्भयपणे भेटण्याची निकड :- जर हिंसक हल्ल्याचा बळी ठरलेल्यानं हल्लेखोराशी जाणुनबुजून न घाबरता भेट घेतली, मित्रत्वाचा हात पुढे केला (अर्थात आपल्या जीवनमूल्यांना, नीती संकल्पनांना धक्का न लावता) तर पुढचे कैक हिंसक प्रसंग टळण्याची शक्यता निर्माण होते.

१५) आधार :- बलात्कार, हिंसाचार यांना बळी पडलेल्यांना तात्काळ आधाराची, प्रेमाची, सुरक्षित वाटण्याची गरज असते. त्या वेळी मन गारठलेलं असतं. शारीरिक वेदना व शरम, अपराध या भावना असतात. या साऱ्या नकारात्मक भावनांनी माणूस मोडून पडू शकतो. त्याला खंबीर आधार हवा असतो.

१६) चांभारचौकशा आणि कुत्सितपणा टाळणे :- हिंसक हल्ल्यानंतर कित्येकदा याचीच काही भानगड आहे किंवा हिचीच वागणूक सैल होती, नसत्या उचापतींमध्ये अडकला असेल असं बोलणारे आणि चांभारचौकशा करून मनस्ताप देणारे लोक नको असतात. अतिशय जखमी अवस्थेत पोलिसांनीसुद्धा चौकशी करणं नकोसं वाटतं. अशावेळी हल्ल्याचा बळी असलेल्या व्यक्तीचा या मंडळीपासून बचाव करायला हवा.

– सौ. प्रतिमा हवालदार

■

व्यक्तिविकास व हिंसाचार

माणसाचे पूर्वज पशू होते. त्यामुळे पाशवी पातळीवरच्या प्रेरणा या काही अंशी माणसातही दिसून येतात. क्रौर्य, हिंसा ही अशीच एक आदी प्रेरणा आहे. संस्कृतीच्या विकासाबरोबर हिंसेची पातळी मर्यादित होऊ लागली. न्याय, कायदा, सुव्यवस्था, सामाजिक बंधनं यांनी ती खूप आटोक्यात राहू लागली. समाजस्वास्थ्यासाठी हिंसाचार नष्ट होणे अतिशय अत्यावश्यकअसल्याचे सगळ्यांनीच मान्य केले आहे.

तरीही दिवसेंदिवस हिंसाचार आणि क्रौर्याचे भयानक प्रसंग वाढतानाच दिसताहेत. याची मुळं आपण तपासून बघतो तेव्हा ती विवक्षित परिस्थितीशी निगडित असलेली आढळून येतात. माणूस घडतो, वागतो, निर्णय घेतो, विशिष्ट प्रेरणेला विशिष्ट प्रतिसाद देतो यात अनुवांशिकता आणि परिस्थिती या दोहोंची सांगड असते. तरीही समाजशास्त्राची अशी मान्यता आहे की योग्य परिस्थिती मिळाली तर अनुवांशिक दुर्गुणसुद्धा मर्यादित राहतात. माणसाच्या एकंदर वर्तणुकीत परिस्थितीचा फार मोठा हात असतो.

आपल्या मुलामुलींशी अमानुष वागणं ही एक प्रकारची हिंसाच आहे. अशा परिस्थितीत वाढलेली मुलं-मुली पुढे हिंसक होतात. त्यांचं कुटुंब अस्थिर असतं. त्यांच्याकडून त्यांच्या अपत्यांवर वाईट संस्कारच होतात. दर पिढीगणिक क्रौर्याचं प्रमाण वाढतच जातं.

मुली किती प्रकारच्या हिंसेला तोंड देत वाढत असतात, याची आपल्याला कित्येकदा कल्पना नसते. समुपदेशन किंवा गटवार चर्चा या दरम्यान माझ्यासमोर अशी उदाहरणं आली की मी स्वत: हादरून गेले.

पंच्याहत्तर टक्के मुली घरातच लैंगिक सतावणुकीला तोंड द्यायला लागल्याचं सांगतात. एका केसमध्ये तर त्या मुलीचा सख्खा भाऊ तिच्याशी लहान वयापासून बळजबरी संभोग करायचा. शिवाय तिला भीतीही घातलेली होती. ही हिंसा म्हणजे

रक्तपाताच्या प्रमाणावर नसली तरी शारीरिक, मानसिक दोन्ही प्रकारची होती.

दुसऱ्या एका केसमध्ये वडील आपल्या पोटच्या पोरीला मारहाण करून दहशत घालून तिच्यावर सतत बलात्कार करीत असत. तिनं वडिलांवर कोर्टात केस करण्याची हिंमत दाखवली. आई यासाठी आधी तयार नव्हती. सामाजिक कलंक, कुटुंब मोडण्याचं भय, पुढे मुलीचं लग्न होईल की नाही याचं भय आणि नवऱ्याची दहशत यामुळे आई तयार होत नव्हती. पण मुलगी खूप खंबीर होती. तिनं वयाच्या सातव्या वर्षापासून मोठ्या बहिणीला वडिलांनी असंच वागवतांना पाहिलं होतं. आता आपल्या धाकट्या बहिणींवर ही पाळी येऊ नये म्हणून तिनं आईचं मन वळवून त्यांच्यावर केस करण्याची हिंमत दाखवली.

एक आणखी केस सुप्रीम कोर्टापर्यंत गेली. त्यात नवरा आपल्या पोटच्या पोरीवर बलात्कार करतो असं ती बाई सांगत होती. तिला घटस्फोट हवा होता. केवळ घटस्फोट हवा म्हणून ही असं सांगते अशा तऱ्हेचा प्रतिवाद नवऱ्यानं केला. पण खरोखरच तो नवरा पाच वर्षाच्या मुलीवर बळजबरी करत होता. दारू पिऊन वगैरेही नाही, तर पूर्ण भानावर असताना! पुढे त्या बाईला घटस्फोट मिळाला. पण त्या मुलीनं काय सहन केलं असेल या विचारांनी अंगावर काटा येतो. अशा तऱ्हेच्या मुली मनोरुग्ण होतात, हिंसक होतात. त्यांचं कुटुंबही त्यांच्या शोकात्म व्यक्तिमत्त्वाच्या छायेखाली राहतं.

व्यक्तीच्या जडणघडणीसाठी कुटुंब आणि आसपासचा समाज हे दोन प्रमुख घटक असतात. या स्तरांवर आपल्याला काय दिसतं? कुटुंबे विघटित झाली आहेत. व्यक्तिविकासावर भर देण्यात येतो आहे. आई-वडील आणि मुलं यांच्यात संवाद घडेनासा झाला आहे. आई-वडील घरी येतात तेव्हा मुले क्लासमध्ये किंवा नृत्य, वादन वगैरे कला शिकण्याच्या वर्गामध्ये गेलेली असतात. त्यांच्या येण्या-जाण्याच्या, जेवण-खाणाच्या वेळा वेगळ्या असतात. कुटुंबात मुलं कमी असल्याने त्यांनी केलेले हट्ट पुरवले जातात. ज्याला अर्थपूर्ण वेळ म्हणता येईल, इंग्रजीत ज्याला क्वालिटी टाईम म्हणतात असा वेळ मुलं आणि आई-वडील आपापसात देत नाहीत. मुलांचे मित्र कोण? ते काय करतात? त्यांच्या सवयी काय आहेत? शाळेत किंवा क्लासमध्ये मुलं वेळेवर जात-येत आहेत ना? याकडे लक्ष कमी असतं. आजी-आजोबा किंवा आई-वडीलांनी मुलांशी गप्पा माराव्या, गोष्टी सांगाव्यात, पुस्तकं वाचायला आणून द्यावीत, चर्चा व्हावी. पण आज याची जागा टीव्हीनं घेतली आहे. मुलं एकटी घरात असताना काय बघतात त्यावर आई-वडीलांचा कसलाच अंकुश नसतो. सेक्स आणि हिंसाचाराची विक्राळ दुनिया त्यांच्यासमोर आ वासून उभी असते. त्यातून मग, 'तुम मेरी नही हो

सकती तो किसी और की भी नही हो सकती' ही गोष्ट त्या संवेदनक्षम मनावर चटकन् ठसते. त्यातच इतर फ्रस्टेशन्सची भर पडत असते मग रिंकू पाटील, अमृता देशपांडे यांच्यापासून सुरू झालेला खुनाचा सिलसिला चालूच राहतो. नुकतीच वर्तमानपत्रात सुनीता पाटीलची हकीकत आली आहे. अवघ्या चौदा वर्षांच्या या मुलीनं प्रेमाला प्रतिसाद दिला नाही म्हणून घराशेजारच्या अफजल मुल्ला या मुलानं चाकूचे अनेक वार करून तिला ठार केलं.

कुटुंबातून मुळात प्रेम आणि सुरक्षितता याचं जे उबदार वातावरण असतं ते नाहीसं होत आहे. बाहेरचं वातावरण अतिशय स्वार्थी आहे. प्रेम म्हणजे काय याचा अर्थ या मुलांना कळत नाही. त्यात प्रसारमाध्यमांचा भडक परिणाम त्यांची मनं चटकन् ग्रहण करतात. तेच जीवनमूल्य होतं. पूर्वी कुटुंबे एकत्र असत. खूप माणसं आसपास असत. त्या सुरक्षित वातावरणात मूल वाढत असे. मला स्वत:ला आठवतंय आमचं घर खूप मोठं होतं. आम्ही घरातल्या मुली, बायका एका खोलीत झोपत असू. गावातून शिक्षणासाठी आलेली लांबची नातेवाईक मुलंही आमच्याकडे राहात असत. त्यांच्या–आमच्या वागण्याबोलण्यात मोकळेपणा असला तरी मर्यादेची जाणीवही सतत असे. पूर्वी आयुष्यही तुलनात्मकदृष्ट्या शांत असे. शिक्षण पूर्ण होताच मुलाला नोकरी–व्यवसाय उपलब्ध होई आणि राहणीमान साधंसुधं असे. चैनीच्या अपेक्षा जवळपास नव्हत्याच.

आता स्पर्धात्मक आयुष्य झालं आहे. मुलांना व्यवसायाची अधिक क्षेत्रे उपलब्ध झाली आहेत हे खरं असलं तरी युवक गट वाढतो आहे आणि ज्येष्ठवयीन नागरिकांचा गटही वाढला आहे. मृत्यूच्या टक्केवारीत घट झाली आहे. लोकसंख्येच्या प्रचंड रेट्यात नोकऱ्यांची उपलब्धी तेवढ्या प्रमाणात वाढलेली नाही. सरकारच्या धोरणात या परिस्थितीचं हवं तेवढं भान नाही. केवळ गरिबी हटवण्याची घोषणा करून काय होणार? स्त्रिया आणि बालके यांच्या परिस्थितीत गुणात्मक फरक आहे. पण युवकांचा गट जवळपास दुर्लक्षित आहे. या मुलांना गावात नोकरी–व्यवसाय उपलब्ध नसल्याने त्यांचं महानगरांकडे स्थानांतरण सुरू झालं आहे. दुसऱ्या महायुद्धानंतर मूळ धरलेली ही प्रक्रिया आता भरात आली आहे. गावी निदान डोक्यावर छप्पर असतं तेही महानगरांमध्ये मिळत नाही. कशीबशी हाता तोंडाची गांठ पडण्याइतपत मिळकत झाली, तरी या तरुणांचं आयुष्य पूर्ण संदर्भाविहीन झालेलं असतं. गरिबी आणि श्रीमंती यांच्यातली दरी भारतीय उपखंडात फार प्रचंड आहे. अतिशय गरिबीत आयुष्य कंठत असलेली ही मुलं खूप श्रीमंती आणि ऐश्वर्य भुकेल्या नजरेनं, मत्सरानं, संतापानं बघत असतात. त्यात सिनेमा आणि टीव्ही इत्यादी प्रसार माध्यमांमधला हिंसाचारही मनात बिंबत असतो. शरीर, मनात असलेली शक्ती पुरेशी वापरली जात नाही. परिस्थितीमुळे लग्न वेळेवर होत नाही. किंवा लग्न झालं तर बायको गावी ठेवून नवरा महानगरात काम शोधायला आलेला असतो. त्याच्या शारीरिक गरजाही अतृप्त असतात. ही सारी परिस्थितीच

इतकी स्फोटक आहे की त्यात हिंसाचाराचा जन्म आणि हिंसक वृत्तींचं पोषण झालं नाही तरच नवल!

गंमतीखातर लोकल गाड्यांवर दगड फेकणं, रिकाम्या वेळात मुलींवर बळजबरी करणं, लहानशा कारणानं प्रक्षोभ होऊन तोडफोड, आगी लावणं, एखाद्या श्रीमंताच्या घरी हल्ला करून लूट करणं, त्यासाठी त्या घरात असलेल्या वृद्धांना निर्घृणपणे मारणं (घरगडी म्हणून ठेवलेल्या तरुण मुलांनी संगनमताने अशा हत्या आणि लूट करण्याचं प्रमाण गेल्या दशकात प्रचंड वाढलं आहे), दरोड्यांचं वाढतं प्रमाण, हे सारं या परिस्थितीतूनच निर्माण झालेलं आहे.

या अध:पतनासाठी विकृत राजकारणही कारणीभूत आहे. जातीय वैमनस्य वाढवण्यापासून नको असलेल्याचा काटा काढण्यापर्यंत तरुण मुलांना वापरून घेण्यात येतं हे आपण सारेच जाणतो. या ठिकाणी एक फोफावणारी अपप्रवृत्तीही नमूद केली पाहिजे. झटपट श्रीमंत होण्याची मुलांमधली प्रवृत्ती वाढते आहे. नजरेसमोर इतर लोकांची चाललेली चैन आणि प्रसारमाध्यमांनी उभी केलेली स्वप्नांची दुनिया असतेच. इतरांच्या कष्टावर हात मारून, लूट करून स्वत: जगणं चुकीचं आहे. आपल्या स्वत:च्या श्रमातून जे मिळेल त्यावर आणि फक्त त्यावरच आपण हक्क सांगू शकतो, हे मूल्य पार मोडीत निघालं आहे. त्यातच हुंड्यासारख्या गोष्टींना समाजमान्यता असते. हुंडाविरोधी कायद्याचा

फारसा फायदा झाला नाही, हे आपण जाणतोच. फार कमी जाती–जमातींमध्ये हुंडा घेत नाहीत. पूर्वी ख्रिश्चन समाजामध्ये हुंडा घेत नसत.आता त्यांच्यातही या प्रथेने हळूहळू शिरकाव करायला सुरुवात केली आहे. सिरीयन ख्रिश्चन जमातीत हुंडा घेतात. त्या रकमेचा काही अंश चर्चला जातो. पण या जमातीत चांगली गोष्ट एवढीच की नंतर त्या स्त्रीला मारहाण, त्रास, अधिक रकमेची मागणी, यांना तोंड द्यावं लागत नाही. दिल्ली, युपी, बिहार, मध्य प्रदेश इत्यादी ठिकाणी हुंडाजळीत प्रकरणे खूप मोठ्या प्रमाणावर होत आहेत. दिवसेंदिवस हे प्रमाण वाढतच आहे. अधिक लोभासाठी घरात आलेल्या मुलीची हत्या करायला त्यांना काहीच वाटत नाही.

वैफल्य, निराशा आणि वाईट संगत यातून दारू आणि मादक पदार्थांच्या व्यसनांचा विळखा तरुण पिढीभोवती पडतो आहे. या व्यसनांच्या कारणमीमांसेबद्दल बोलायचं तर ते एक स्वतंत्र प्रकरणच होईल. व्यसनं लागलेला माणूस हळूहळू मेंदूवरचा ताबा गमावतो. कोणतही काम धड करू शकत नाही. कमाई बंद होते आणि मग व्यसनपूर्तीसाठी पैसा मिळवायला चोरी, मारहाण, दरोडा यापासून ते हत्या करण्यापर्यंत व्यसनी माणसाला काहीच वाटत नाही.

हल्ली विवाहित तरुण मुलांनी मध्यपूर्व देशात कमाईला जाण्याचं प्रमाण वाढलं आहे. यांच्या बायका इकडे एकट्या असतात. त्यांच्यात वैफल्याचं प्रमाण इतकं वाढलं आहे की स्वत:चा मुलगा केवळ खूप रडला, किरकिर केली, अपेक्षित मार्क मिळवले नाहीत म्हणून मारहाणच काय, गळा दाबून जीव घेण्यापर्यंत मजल गेल्याची उदाहरणे घडली आहेत.

कुटुंबातील मारहाण, बलात्कार आणि अशा पातळीवरची हिंसा कमी करायची तर बायकांना कायद्याची माहिती हवी. निदान आठवीपर्यंतचं शिक्षण तरी हवं. महिलांना मदत करून रोजगार उपलब्ध करून देणाऱ्या संस्थांची माहिती द्यायला हवी. सेक्स एज्युकेशनही द्यायला हवं. त्यांच्यात जागृती व्हायला हवी. लग्न कार्ये आणि धार्मिक कृत्यास कर्ज काढून होणाऱ्या खर्चाला कडाडून विरोध करायचा, तर महिलांमध्ये ती जाणीव निर्माण व्हायला हवी. थोडाबहुत संघर्ष किंवा भांडणं सगळ्याच कुटुंबामध्ये असतात. पण तो संघर्ष सतत होत असेल, त्याला लहानसहान कारणं पुरत असतील, घरात आईला मारहाण होत असेल, आईला सन्मानानं वागवलं जात नसेल तर त्या कुटुंबातील मुलं पुढं संतापी होतात. बायकोशी तुच्छतेने वागतात, तिला शिव्या घालायला किंवा मारहाण करायला त्यांना काहीच वाटत नाही. म्हणून कौटुंबिक वातावरण शक्यतो निरोगी राहायला हवं.

एकत्र कुटुंब आता शक्य नाहीत. पण विभक्त कुटुंबातील घटकांनी जाणीवपूर्वक दिवसातला काही वेळ एकत्र काढून विचारांची, सुखदु:खांची देवाणघेवाण करायला हवी. पूर्वीच्या काळी आपत्तीच्या वेळी आसपासच्या सगळ्या समाजातून एक सपोर्ट

सिस्टीम असे. ती आता नाहीशी होत चालली आहे. तिचं पुनरुज्जीवन व्हायला हवं. निदान एका कुटुंबातल्या व्यक्तींनी एकमेकांशी तरी नाती नीट राखायला हवीत. घरातील स्त्री-पुरुष दोघेही नोकऱ्या करत असतील तर त्यांनी कामाची जबाबदारी वाटून घ्यायला हवी. म्हणजे मुलांकडे लक्ष द्यायला वेळ मिळेल. टीव्ही बघण्याच्या वेळेवर कुटुंबानं बंधन घालून घ्यायला हवं. आपला बहुतांशी रिकामा वेळ कुटुंबातील मंडळी टीव्ही बघण्यात घालवू लागली आहेत. लहानशा घरातसुद्धा तुटकपणा येतो आहे.

मुलांना व्यसन लागू नये यासाठी आधी वडिलांनी स्वत:कडे बघावं. ''मी मोठा आहे. कमावता आहे. दारू पिईन. सिगरेट ओढीन.'' ही वृत्ती साफ चुकीची आहे. धोक्याची आहे. व्यसनमान्यता असणाऱ्या घरातली मुलं सहज व्यसनी होतात. व्यसनं सुटायला मदत करणाऱ्या संस्था आहेत. व्यसनं लागली तर योग्य संस्थांमध्ये मुलांना न्यायला हवं. हल्लीच्या ताणतणावांच्या जमान्यात एकत्र बसणं, सुखदुःखं वाटून घेणं, निर्भेळ करमणूक सगळ्यांनी एकत्र करून घेणं, निसर्गाकडे वळून सहलीला जाणं हे आवश्यक आहे. नाहीतर अधिक उत्तेजक पर्यायानं मादक गोष्टींकडे मुलं वळू शकतात. रिकाम्या वेळात मुलांना निर्मितीक्षम छंद हवेत. व्यायाम, योग, खेळ या गोष्टीही फार आवश्यक आहेत. अशा गोष्टी हिंसेवर प्रतिबंधात्मक उतारा असल्यासारख्या आहेत. मात करणं, जिंकणं ही जिज्ञासू वृत्ती असते. तिचा खेळातून निचरा होतो. योगामुळे, व्यायामामुळे संयम अंगी बाणतो.

आपल्या शिक्षण पद्धतीत बदल आवश्यक आहे असं सारे तत्त्वज्ञ, शास्त्रज्ञ, ज्ञानी लोक सतत सांगत आहेत. पण तिकडे लक्ष द्यायला वेळ कुणाला आहे? अस्थिर राजकीय वातावरणात लक्ष फक्त सत्ताप्राप्तीकडे असतं. समाजबांधणी करायला वेळच नसतो. शाळांमध्ये मुलांची भरती होते आहे. शिक्षण साचेबंद होत आहे. शिक्षकांचा भरही येनकेन प्रकाराने विद्यार्थी पास व्हावेत यावरच असतो. युनिव्हर्सिटीज्‌मधले भ्रष्टाचार गाजताहेत. अशा परिस्थितीत वैफल्य आलेली मुलं हिंसक होणं सहज शक्य असतं. मुलांना खेळाच्या माध्यमातून अनौपचारिक शिक्षण द्यायला सुरुवात झाली पाहिजे. तांत्रिक शिक्षण आणि व्यवसायधिष्ठित शिक्षण असे भाग वेगळे व्हायला हवेत. घटस्फोटाचं प्रमाण वाढतं आहे. घटस्फोटित कुटुंबातील मुलांना वाईट वळण चटकन लागू शकतं. घटस्फोट होऊ नयेत म्हणून विवाहपूर्व समुपदेशनही आवश्यकच आहे.

कुटुंबामध्ये किमान शिस्त हवी. साध्या राहणीचे संस्कार हवेत. पानात वाढलेलं साधं अन्न आनंदानं जेवायला हवं. लवकर उठायला हवं. व्यायाम, योग या गोष्टी

आवश्यक आहेत. स्वत:ची कामं स्वत: करणं, अंगमेहनत करणं या किमान शिस्तीच्या गोष्टी आहेत. निसर्गाकडे पाहा. साऱ्या निसर्गात एक शिस्त आणि लय आहे. जैविक मेळ आहे. ती शिस्त मोडली की अनैसर्गिक विकृती निर्माण होते. माणूस निसर्गाचाच एक भाग आहे.

आरोग्य, शिक्षण, कौटुंबिक सुसंवाद, लोकसंख्या नियंत्रण, व्यायाम, ध्यान, योग मनन, उत्तम छंद, सामाजिक जबाबदारीची जाण, श्रमप्रतिष्ठा हे सारे हिंसक प्रवृत्ती नाहीशा करण्याचे उतारे आहेत.

– कालिंदी मुजुमदार

■

कालिंदी मुजुमदार

- शालेय शिक्षण : वॉशिंग्टन डी. सी. मध्ये.
- एम.एस.डब्ल्यू. – मुंबई युनिव्हर्सिटीत – सर्वप्रथम.
- समाजशास्त्राच्या अध्यापनाचा प्रदीर्घ अनुभव. अनेक विद्यार्थ्यांना डॉक्टरेटचेही मार्गदर्शन.
- हुंडाविरोधी 'सेल'च्या निर्मिति प्रमुख. पोलीस–जनता संबंध सुधारण्यासाठी कार्य. युनिसेफसाठी, बालकल्याणविषयक पुस्तिकेसाठी कार्य. महाराष्ट्र सरकारच्या स्वच्छता विषयक मोहिमेच्या कार्यक्रमावर विशेष नियुक्ती.
- समाजकार्यात झोकून दिल्याने भारतीय कुटुंबसंस्था, स्त्री, तिचे स्थान, मुले, उन्मार्गी मुले अशा साऱ्या समस्यांविषयी सांगोपांग माहिती व प्रत्यक्षानुभव. समाजकार्यविषयक लेखन. अनेक पुरस्कारांच्या मानकरी.

पत्ता : रोक्साना, ३ रा मजला,
महर्षी कर्वे रोड, मरीन लाईन्स, मुंबई – २०
फोन : २२०१३६०८

मुलं आणि हिंसाचार

क्रौर्य ही हिंसाचाराच्या मागची मूळ प्रेरणा. क्रौर्य हे मनुष्याच्या आत खोलवर कुठं तरी असतंच. त्याचं परिवर्तन घडायचं, उदात्तीकरण व्हायचं तर तशी परिस्थिती लागते. आर्थिक सुबत्ता, स्थैर्य, आरोग्यपूर्ण वातावरण, मूळ गरजा पुरेशा भागणं, शिक्षण, कष्टाचे, समानतेचे, शिस्तीचे सहजीवनाचे संस्कार अशा अनेक गोष्टी ज्या समाजात मिळतात त्या समाजातलं क्रौर्य कमी होतं. अर्थात तिथं हिंसाचार कमी व्हायला लागतो. आपल्याकडे अशी परिस्थिती अजिबातच नाही. तेव्हा हिंसाचार वाढतोय का? असा प्रश्नच नाही. वाढतो आहे आणि प्रसारमाध्यमांमुळे प्रखरपणे स्पष्टपणे तो रुळतो आहे. त्यामुळे त्याचं स्वरूप आक्राळविक्राळ वाटायला लागलं आहे. मुळात हिंसाचार म्हणजे तरी नेमकं काय? आपल्या स्वार्थासाठी, सुखासाठी, गंमतीसाठी किंवा विकृत आनंदासाठी आपल्याहून दुर्बळ असलेल्या माणसांचा छळ करणं, मारणं, त्याला शारीरिक, मानसिक वेदना देणं, जखमा करणं, अत्याचार करणं किंवा जीव घेणं ही हिंसाचाराची वेगवेगळी रूपं आहेत.

निराश्रित, अनाथ, टाकलेल्या, पळालेल्या, हाकललेल्या, अत्याचारानं गांजलेल्या अशा मुलांच्या आणि स्त्रियांच्या कल्याणासाठी कार्य करणाऱ्या अनेक संस्थामध्ये मी काम करीत असल्यामुळे हा हिंसाचार कधी उघड उघड, कधी बुरख्याआड दडून अनेकदा माझ्यासमोर उभा राहिला आहे.

आपल्या पोटच्या पोरीवर – दहा बारा वर्षाच्या कोवळ्या मुलीवर वारंवार बलात्कार करणाऱ्या बापाच्या कृत्याला काय म्हणायचं? बरं हा माणूस अशिक्षित, व्यसनी असाही नाही. मिडल इस्टमध्ये भक्कम पैसे कमावणारं पंजाबी कुटुंब! त्या माणसाची बायको येऊन म्हणाली, ‘‘मुलगी वयानं वाढतेय. तिकडे ठेवायची भीती वाटते. मला नवऱ्याबरोबर राहाणं भाग आहे. इथे आमचे नातेवाईक नाहीत. तुम्ही ठेवून घ्या. पैसे हवे तेवढे द्यायला तयार आहे.’’

या मुलीचं वागणं चमत्कारिक आणि गूढ असे. दर बुधवारी आमच्याकडे केसेसचं डिस्कशन होई. हळूहळू बापानं त्या मुलीचं आयुष्य बरबाद केल्याचं लक्षात आलं. तिच्या डोक्यावरही परिणाम झाला होता. शारीरिक बळजबरी आणि अत्याचार त्या लहानशा जिवानं भोगले. हे असे छुपे हिंसाचार किती होत असतील? आणि घरातली माणसं त्यावर पांघरूण घालत असतील?

अशीच अजून एक केस. आमच्याकडे एक मुलगा दाखल झाला होता. त्यानं ब्रीच कँडीला एका मुलीवर बलात्कार करून ठार मारलं आणि मग समुद्रात फेकून दिलं होतं. नवश्रीमंत समाजातल्या या मुलांच्या हातात नको एवढा पैसा खुळखुळतो किंवा सत्ता असते (काका/ मामा/ वडील इत्यादींकडे) त्याच्या जोरावर त्यांना उन्माद चढलेला असतो. आणि मग एखादी गोष्ट हवी म्हणजे हवीच अशी मनाची धाटणी होते. टीव्हीवर अतोनात हिंसाचाराचं प्रदर्शन होत असतं. थरारक गोष्टीचं अनुकरण आणि चोरटं सुख अनुभवण्याची वाढत चाललेली उत्तेजित अवस्था असते. अशात या मुलाला त्याच्या काकानेच या गोष्टींसाठी उद्युक्त केल्याचं त्यानं सांगितलं. या मुलाचे श्रीमंत आई-वडील त्याला भेटायला रोज संस्थेत येत. पण आम्ही त्याच्या हाती पैसा देण्यास किंवा सोयी-सवलती देण्यास ठाम नकार दिला. मुलगा संस्थेच्या किचनमध्ये पोळ्या करण्याचं काम करीत असे. हळूहळू त्याचा उन्मतपणा कमी होत गेला.

श्रमप्रतिष्ठा आणि साधी राहणी, प्रार्थना आणि उत्तम विचारमूल्यं समाजातून नाहीशी होत चालली आहेत. त्यांची पुन्हा प्रतिष्ठापना व्हायला हवी. वाईट गोष्टी हातून घडू नयेत म्हणून मनावर पहिल्यापासून होणारे ठाम संस्कार आणि मोह झालाच तर समाजाच्या तिरस्काराचं भय अशा दोन्ही गोष्टी आवश्यक आहेत. आज आपण दोन्ही बाबतीत उदासीनच आहोत! व्यक्ती म्हणूनही आणि समाज म्हणूनदेखील!

ज्युव्हेनाईल कोर्टाकडे बालन्यायालयाकडे मुलं येतात तेव्हा मुलगा मारामारी किंवा खुनात अडकलेला आढळतो. तेव्हा ती केस बालगुन्हेगार कायद्याखाली घेतली जाते. आपल्याकडे बारा, तेरा वर्षाच्या मुलाला गुन्हेगार म्हणत नाहीत. परिस्थिती वशात् मुलं गुन्हा करतात. आसपासचं वातावरण मारामारीला पोषक असलं तर आधी ती आत्मरक्षणासाठी मारामारी किंवा एखाद्यावर हल्ला करतात. नुकतीच एक घटना सर्वांनी वर्तमानपत्रांतून वाचली असेल.

घरात चार मुलं होती. तीन मोठ्या मुली व एक कुमारवयीन मुलगा. यांची आई वारली. वडील वेळी अवेळी दारू पिऊन येत. मुलांना मारहाण करीत. आपल्याच मुलीवर बलात्कार करीत. या सगळ्या गोष्टी सहन न होऊन त्या मुलाने एके दिवशी आपल्या वडिलांचा जीव घेतला. हा अपराधच आहे. पण अशा प्रसंगी मोठ्या माणसांना सारासार विवेक राहात नाही तर लहान मुलाकडून तो कसा सांभाळला जाणार? शिवाय टीव्ही, सिनेमे बघून मुलांची ठाम समजूत अशी झालेली असते, की पोलीस भ्रष्टाचारी

असतात. ते आपल्या कंप्लेंटकडे लक्ष देणार नाहीत. न्याय मिळणार नाही. 'हीरो' जसा तडकाफडकी निकाल लावतो तसा आपणही लावायला हवा. अशा गुन्हेगार मुलांना 'उन्मार्गी' हा योग्य शब्द वापरला जातो. आणि ती चिल्ड्रन वेलफेअर बोर्डाकडे येतात.

एका संस्थेत मुलं डॉक्टरांकडे जायला नकार द्यायला लागली. ते प्रकरण कोर्टापुढे आलं. सुपरिंटेंडेंटला लक्षात आलं की मुलांना विशिष्ट प्रकारचा त्रास होतोय. तपासणी केल्यानंतर मुलं बोलायला लागली. डॉक्टर लहान लहान मुलांवर लैंगिक अत्याचार करीत होता. हा खऱ्या अर्थानं हिंसाचार म्हणायला हवा! लहान, अश्राप, निराधार मुलं आहेत, ती आपला प्रतिकार काय करणार? हा उन्मत्तपणा. मुलांना दहशतीखाली ठेवणं, आपली विकृत वासना शमवण्यासाठी त्यांना इजा करणं ही हिंसाचारी वृत्ती अनिर्बंध सत्तेमुळे फोफावते.

हॉटेल्समधून सुद्धा लहान लहान मुलं कामाला लावतात. खेड्यातील गरीब घरांमधून शहरांमध्ये आलेली ही मुलं तशी निराधारच असतात. त्यांना हॉटेलचे नोकर, वाण्याच्या दुकानातील मुलं सेक्शुअल हॅरॅसमेंट करतात. ही मुलं मग व्हायोलंट झाली तर त्यांचा दोष नसतो. त्यांना छळणारेच खरे हिंसाचारी म्हणायला हवेत. ही 'भूक' असणारी माणसं वाटेल ते करायला तयार असतात. जरा धटिंगण मुलांना पैसे मिळाले की ती लहान मुलांना जाळ्यात ओढतात. बाहेरच्या परिस्थितीत टणक, स्वार्थी झालेल्या आणि हिंसेकडे झुकलेल्या मुलांना वेगळं ठेवावं म्हणून सहा वर्षापर्यंतच्या मुलांना न्यू रिमांड होम मध्ये ठेवलं जातं आणि सहा ते बारा वर्षाच्या मुलांना 'ॲडिशनल' रिमांड होममध्ये ठेवलं जातं. काही काही वेळा स्वार्थाचे अजब नमुने आपल्यासमोर येतात आणि आपण सुन्न होतो.

एकदा एक केस आली. तो माणूस धारावीचा कार्यकर्ता होता. कार्यकर्ता असून याला एकूण आठ मुलं! सात मुली आणि एक मुलगा. बरं या मुली तरी का? तर मुलगा झालाच पाहिजे ह्या अट्टहासापायी तो होत नाही तोपर्यंत बायको आपली प्रसवते. एवढी मुलं आणि त्यांचं पालनपोषण करतांना सगळ्या घरातलं स्वास्थ्य विस्कटून जातं. तणाव दूर करायला माणूस व्यसनांचा आसरा घेतो. आणि व्यसनाधीन माणूस चटकन् बेभान होतो. तर या माणसाला सारखा संशय यायला लागला की आपली बायको दुसऱ्या कुणाबरोबर तरी संबंध ठेवून आहे. तिच्यावर सारखे आरोप, मारहाण यावर भागलं

नाही म्हणून एक दिवस असाच बेभान अवस्थेत असताना त्यानं तिच्यावर रॉकेल ओतून तिला जाळून टाकलं. या माणसांचे आई-वडील बाजूलाच राहतात. हे आजी-आजोबा हयात असताना आठही मुलं आमच्या रिमांड होममध्ये आली. कारण वडील जेलमध्ये गेलेले होते. आजी-आजोबांनी नातवंडांना सांभाळायला नकार दिला होता. त्या माणसाची खोली होती. पण खोलीला कुलूप लावून मुलं रिमांड होममध्ये आणली. त्यांना सोडताही येत नव्हतं. हा माणूस 'बेल' वर सुटला असता तर त्यातल्या काही मुलांचा त्यानं कदाचित् जीव घेतला असता कारण ती मुलं 'प्रत्यक्ष साक्षीदार' (आय विटनेस) होती. याही पुढे दुर्दैवाचा भाग असा की एक दिवस आजी-आजोबांचं मुलांवरचं प्रेम उफाळून आलं. कारण त्यांच्या दुसऱ्या मुलाचं लग्न ठरत होतं. तेव्हा त्या दोन खोल्यांचा ताबा त्यांना हवा होता. म्हणून त्यांनी नाटक सुरू केलं. मुलं आमची नातवंडं आहेत. आम्हाला त्यांच्याशिवाय जगणं अशक्य आहे. त्यांना आमच्या स्वाधीन करा. वगैरे वगैरे... मी त्यांना पहिला प्रश्न विचारला की ''बाबांनो, मुलांना जेव्हा रिमांड होममध्ये आणलं तेव्हा तुम्ही आनंदाने पाठवणी का केलीत? आताच मुलं का हवी आहेत?''

त्यांच्यातली मोठी मुलगी म्हणाली, ''आम्हाला पाठवू नका. हे आम्हाला राबवून घेतील. कामाला लावतील. कामाचे पैसे काढून घेऊन अर्धपोटी ठेवून मारहाण सुद्धा करतील.'' आम्ही मग अशी व्यवस्था केली की ती जागा इतर कुणाला मिळणार नाही आणि वडील जामिनावर सुटले तरी त्यांना मुलांना भेटता येणार नाही!

ही सारी हकीकतच विचार करायाला लावणारी आहे. अंधश्रद्धेमुळे एवढी मुलं प्रसवतात. कुटुंब नियोजन खरं तर अशा लोकांसाठीच अत्यावश्यक आहे. संसाराचा गाडा ओढेनासा झाला की व्यसन, व्यसनातून हिंसकता, पराकोटीचा स्वार्थ ! मुंबईसारख्या ठिकाणी दोन खोल्यांकरता माणसं सख्ख्या नातवंडांचासुद्धा विचार करीत नाहीत. आणि पैशासाठी लहान लहान मुलांना उपाशीपोटी कामाला लावून त्यांचा पैसा हडप करतात. पैशांसाठी मुलं पळवून नेऊन त्यांचे हात पाय तोडून भीक मागायला लावणाऱ्या, त्या पोरांना मारहाण करणाऱ्या दलालांमध्ये आणि या रक्ताच्या नातेवाईकांमध्ये फरक कसा करणार?

चैन, पैसा... दुसऱ्याच्या कष्टाचा पैसा या गोष्टींची आसक्ती हेही हिंसाचाराचं कारण मानायला हवं. या परिस्थितीत सुधारणा घडवून आणायची तर लोकसंख्येला आळा घालण्याचं काम प्रत्येकानं करायला हवं. स्वत:पासून सुरुवात करून इतरांचं प्रबोधन, त्या बाबतीत जागरूकता निर्माण करायला हवी. बेसुमार वाढणाऱ्या लोकसंख्येमुळे दारिद्र्य, पराकोटीची विषमता, अंधश्रद्धा, व्यसनं, माणसांचा एकमेकांशी कसलाच संबंध न राहणं, नातीगोती, शेजार सगळं मोडीत निघणं या साऱ्या गोष्टी निर्माण होत असतात. या परिस्थितीतूनच हिंसाचाराचा जन्म होत असतो.

आमच्याकडे पोलिसांनी एकदा दोन लहान मुलं आणली. एक आठं वर्षाचा आणि

एक सहा वर्षाचा मुलगा होता. त्यांना भेटायला त्यांचे आजोबा आले. ते म्हणाले, ''मी यांना माझ्याकडे गोरखपूरला घेऊन जातो.'' दरम्यान आमचे ऑफिसर्स माहिती गोळा करायला लागले होते. हे कुटुंब उपनगरातल्या एका झोपडपट्टीत राहात असे. या बाईची मुलं जगत नव्हती. बाई गरोदर दिसे पण मूल जगत नसे. शेजाऱ्यांना आधी उत्सुकता होती. मग संशयही होता. तपास करीत असलेल्या पोलिसांकडे त्यांनी ही गोष्ट सांगितली. पोलिसांनी झोपडी उकरली तेव्हा हाडांचे सापळे मिळाले. आई-वडिलांना ठाण्याला नेलं होतं. आईला तर मेंटल हॉस्पिटलमध्ये ठेवलं होतं. आम्ही आजोबांना समजावलं व त्यांना म्हटलं, ''समजा तुम्ही मुलांना ठेवून घेतलंत तरी उद्या सुटून आलेले हे आई-वडील या मुलांचा जीव घ्यायलाही कमी करायचे नाहीत. या मुलांच्या आईला वारंवार विचारलं की तिनं मुलांना मारलं कसं? तर तिला काहीच आठवत नसे. गुप्तधन मिळवण्याच्या वेडानं तिला झपाटलं होतं म्हणा किंवा दुभंग व्यक्तिमत्त्वाच्या (स्कीट्झोफ्रोनिक) माणसांना कसले कसले आदेश मिळतात त्यानुसार म्हणा, तिनं मुलांना ठार केलं होतं.

मानसिक अस्थैर्य हेही हिंसाचाराचं कारण असू शकतं. मुळात शिक्षण नसलं तर मानसिक रोगासंदर्भात आसपासच्या नातेवाईकांना काही कळत नाही. संतापानं, नैराश्यानं इतरांचा जीव घेणारी माणसं असतात. त्यांच्यावर वेळीच इलाज झाले तर हा हिंसाचार थांबू शकतो.

ॲन्टॉप हिलहून बलात्काराच्या केसेस खूप येत. एके काळी हा भाग समाजकंटकांनी भरलेला होता. या मुली संडासला गेल्या की तिथून त्यांना पळवत. मुलींना काही माहीत नसे. त्यांच्यावर वारंवार अत्याचार होई. आई-वडील कामाला निघून गेलेले असत. मुलगी गरोदर राहिली तर आई-वडील तिलाच मारहाण करणं, भाजणं, डागणं, पोट पाडण्याचे गावठी इलाज करणं असले अघोरी प्रकार करीत. व्हिडिओ पार्लर्समधून अनसेन्सॉर्ड, हिंसाचारी लैंगिक फिल्मस् बघून पुरुष व्हायोलंट होतात. जी दिसेल त्या मुलीवर बलात्कार करू शकतात. सेक्स आणि हिंसाचाराचा संबंध आहेच. वाढता चंगळवाद आणि दुसऱ्याच्या कष्टाच्या पैशांवर डल्ला मारणं ही हिंसाचाराची मोठी कारणं आहेत. गैरमार्गाच्या पैशांना मुलं चटावली की खून वगैरे करायला त्यांना काहीच वाटत नाही. मध्यमवर्गीय शालेय मुली डान्सिंग स्कूल्स्मधून, मसाज पार्लर्स मधून आणल्या गेल्या आहेत. गाड्या चोरणं, लुटालूट, दरोडे घालणं, हॉटेल्समध्ये फुकट खाऊन बिल न भरता मालकाला मारहाण करणं हे प्रकार खूप बोकाळले आहेत. सेक्सची भावना प्रबळ झाली आणि तिला योग्य वाट मिळाली नाही तर ती हिंसाचाराची वाट शोधते हेही आपल्या सिनेमावाल्यांनी लक्षात ठेवलं पाहिजे. पब्लिकला हवं म्हणून उत्तान नाच-गाणी, हिंसाचारी, लैंगिक, बलात्काराची दृश्यं दाखविणारे आणि कलात्मक चित्रपटातल्या लहानशा दृश्यालाही सेन्सॉरनं हात लावू नये म्हणणारे फिल्मवाले या पोरांचं काय करणार

आहेत? इथे मुंबईत सात-सात, आठ-आठ मंडळी परगांवाहून येऊन एकेका खोलीत राहातात. त्यांची कुटुंबे गावी असतात. त्यांच्या भावना उत्तेजित झाल्यावर ते अशा मुलींनाच धरतात. अगदी साडेतीन वर्षांच्या मुलीपासून साठ वर्षे वयाच्या स्त्रीपर्यंत असे घृणास्पद, क्रूर बलात्कार झाले आहेत. त्यांनी बोलू नये म्हणून अंती त्यांना मारून टाकतात. एका खोलीत सात-आठ माणसांचं कुटुंब असलं तरीही तरुण दांपत्यांची कोंडी होते. आणि त्या खोलीतली लहान मुलं-मुली लवकर वयात येतात.

बेबंद शहरीकरण हेही हिंसाचाराचं एक कारण आहे. खेडं हे केन्द्रस्थानी मानून विकास व्हायला हवा असे आमचे विचारवंत म्हणत असले तरी अशी सामाजिक, राजकीय इच्छाशक्ती मात्र अजिबात जागृत झालेली नाही. मागे आमच्याकडे एक भाटियाबागेतल्या बाईच्या मुलीची केस आली होती. ही बाई तिच्या तीन मुलांसह राहायची आणि ड्रग्ज विकायची. तिच्या मोठ्या मुलीलाच व्यसन लागलं. मुलगी भयंकर व्यसनाच्या विळख्यात सापडली. बाई आधीच व्यसनी झाली होती. पाण्याच्या बाटल्या, प्लास्टीक, रद्दी कागदं असं गोळा करून या दोघी विकायच्या आणि नशा करायच्या. त्यांना किती तरी वेळा नशा सोडण्यासाठी संस्थेत ठेवलं होतं. अफगाणी निर्वासित म्हणून येतात. त्यांना ड्रग्ज ट्रॅफिकिंगसाठी वापरतात.

मादक पदार्थांचं जे जाळं मोठ्या शहरांना वेढून आहे त्यामागची कारणं आणि गुन्हेगारी अर्थव्यवस्था हे तर सारं सामान्य माणसाच्या आवाक्याबाहेरचं आहे. त्यातून हिंसाचार, दहशतवाद प्रचंड प्रमाणात फैलावतो. आपण निदान आपल्या मुलांवर तरी लक्ष ठेवलं पाहिजे. ओळखीच्या मुलांवरही नजर असली पाहिजे. काही वेगळं आढळलं तर त्यांच्या आई-वडिलांना सावध केलं पाहिजे. मादक पदार्थांची चटक मुलांना नेहमी गुन्ह्याशी नेऊन भिडवते.

इकडं गोवंडीला 'जरी वर्क' साठी बिहारमधून लहानलहान मुलं आणतात. त्यांच्या बोटांना काम करून अक्षरश: कात्रे पडतात. त्यांना खायला-प्यायला देत नाहीत. मरेमरेतो काम करवून घेतात. थकून कंटाळून ही मुलं पळून जातात. पोलिसांना सापडली तर निदान रिमांडहोम मध्ये तरी येतात. दलालांना सापडली तर इतर मुलांना दहशत बसावी म्हणून त्यांना चटके देतात, मारहाण करतात, हात पिरगळणं, पट्टे मारणं असे हाल करतात. बालकामगारांची समस्या आपल्याकडे अक्षरश: विक्राळ स्वरूपात पसरली आहे त्याच्या मागचं कारणं ही भूक आणि दारिद्र्य आहे. मुलगा झालाच पाहिजे हा आग्रह आहे आणि अडाणीपणामुळे, मूर्ख समजुतींमुळे वाटेल तेवढी लोकसंख्या वाढते आहे.

बालकामगारांसारखाच बालवेश्यांचा प्रश्नही मोठा आहे. अफाट लोकसंख्या, गरिबी, बेकारी, विषमता, त्यातून मिळणारं गुन्हेगारी वळण, समाजातील अनास्था, शिक्षणाचा अभाव या सगळ्या गोष्टींची लांबलचक शृंखलाच आहे. यातली प्रत्येक गोष्ट हिंसाचाराचा स्फोट घडवते. आपण मात्र हातावर हात देऊन स्वस्थ बसलेले असतो.

पलीकडचा मरतोय तर मरेना! आग त्याच्या घराला लागलीय, मला काय त्याचं म्हणता म्हणता तुमच्या घराशी आग केव्हा पोहोचेल कळणार नाही.

यातल्या ज्या ज्या गोष्टींसाठी आपल्या शक्तीनुसार जेवढे काम करता येईल तेवढं करण्याचा विडा प्रत्येकानं उचलायला हवा. तरच कांही चांगले परिणाम घडून येतील.

– विजयालक्ष्मी पंडित

■

विजयालक्ष्मी पंडित

- व्हॉलंटरी प्रोबेशन ऑफिसर म्हणून समाजकार्यास सुरुवात.
- १९६७ सालापासून चिल्ड्रन्स एड सोसायटीसाठी सातत्याने बालकल्याणाचे कार्य. असोसिएशन फॉर सोशल हेल्थ या संस्थेसाठी कार्य. सध्या तिथे ट्रस्टी. लोणावळा येथे बालग्रामची स्थापना व उभारणी. एस.ओ.एस. संस्थेशी निगडित, त्यांच्या कार्यात सातत्याने सहभाग. कस्तुरबा गांधी मेमोरियल ट्रस्ट; सासवड येथे सल्लागार समितीच्या अध्यक्ष.
- दुर्दैवी महिलांच्या बिकट प्रश्नांचा विचार. त्यांना आधार देणारे 'गृह-सुखशांती' मानखुर्द येथे काम. बोरिवली येथे 'आफ्टर केअर' या मुलींच्या वसतिगृहात कार्य. डोंगरी येथे बालकल्याण मंडळाची १९९२ साली स्थापना झाली, तेव्हापासून मंडळाच्या चेअरपर्सन.
- बालवेश्यांच्या समस्या व पुनर्वसनासाठी कार्य.

पत्ता : ६०१, रमणबाग सोसा., ३५३, शनिवार पेठ, पुणे ३०

फोन : ९८३३२२२३०७

बालगुन्हेगारी मीमांसा

मुलं म्हणजे समाजातली उमलती फुलं आहेत असं आपण सगळे नेहमीच म्हणत असतो. कुठल्याही राष्ट्राची अनमोल अशी मालमत्ता म्हणजे ही उमलती पिढी! या पिढीचं भवितव्य दोन प्रमुख गोष्टींवर अवलंबून असतं. त्यांना कसं वाढवलं जातं आणि भविष्यकाळातली आव्हानं स्वीकारण्यासाठी त्यांना कशा प्रकारचं शिक्षण मिळतं यावर. पण विकसनशील समाजात आई-वडिलांकडून अक्षम्य हेळसांड झाल्याने अतिशय वाईट परिस्थितीत मुलं वाढतांना त्यांचं खूप शोषण होतं किंवा त्यांच्याकडे पूर्ण दुर्लक्ष झाल्यानं ती बारीकसारीक चोऱ्या, मारामाऱ्या, व्यसनं आणि हिंसाचार अशा गुन्हेगारीच्या पायऱ्या चढत जातात.

मुलं थोडीशी जरी चुकीचं वागली (किंवा पालकांना असं वाटलं की ती चुकीचं वागत आहेत) तर साधारणत: लगेच पूर्ण दोष मुलांवर टाकून मोकळं होण्याची मोठ्या माणसांची रीत असते. बालगुन्हेगारीबद्दल बोलतानासुद्धा बव्हंशी बोट मुलाकडेच रोखलेलं असतं. पण हे कितपत न्याय्य आहे? आपण सगळेच जाणतो की मूल घडतं-वाढतं ते त्याच्या परिस्थितीनुसार.

बालगुन्हेगारी आणि तद्नुषंगिक समस्या म्हणजे तरी नेमकं काय? सामाजिक वर्तणुकीच्या इच्छित, अपेक्षित अशा चौकटीची मोडतोड झाली म्हणजे सामाजिक घटकाच्या हक्कांवर गदा आली किंवा समाजाने निश्चित केलेला समाजमान्य असा वागणुकीचा बाज, नातेसंबंध आपापल्या जागेवरून घसरले की सामाजिक समस्या उद्भवते. समाजाने अपेक्षा केलेल्या नीतिनियमांचा भंग झाला तरी ती उद्भवते. अशा तऱ्हेने वागणारी मुलं समाजाला त्रासदायक ठरू शकतात. या समस्येचं गांभीर्य मोठं आहे कारण ही उन्मार्गी मुलं पुढे समाजात गुन्हेगार बनून जगतात. हिंसाचार करतात किंवा हिंसाचाराला कारणीभूत ठरतात. हे जे मनुष्यबळ सकारात्मक दिशेने उद्योग, शेती, वाढवू शकतं ते मनुष्यबळ गुन्हेगारीत वाया घालवणं आपल्यासारख्या विकसनशील

देशाला परवडणारं नाही. जेव्हा आकडे बोलू लागतात तेव्हा ते सांगतात की आपल्या देशात बालगुन्हेगारीचा कॅन्सर वेगाने पसरतो आहे आणि त्याचं प्रमाण बघता आपल्याला आता विचार आणि कृती तातडीनं करायला हवी आहे.

पूर्वीचा काल स्थैर्याचा होता. तुलनात्मकदृष्ट्या सुखाचा होता. कुटुंबसंस्था आणि विवाहसंस्था खूप मजबूत होत्या. लहान मुलं आणि वृद्ध माणसं यांची काळजी घेण्याचं महत्त्वाचं काम अतिशय व्यवस्थितपणे होत होतं. मुलांची वाढ ही निरोगी, प्रेमाच्या, सुरक्षित वातावरणात होत होती. अर्थात तेव्हा ही अतिरेकी शिस्त, मोठ्यांपुढे मत न मांडणं, नको तेवढ्या त्यागाची अपेक्षा हे अवगुण होते. पण अवगुणांच्या तुलनेत फायदे फार मोठे होते.

औद्योगिक क्रांतीनंतर एकत्र कुटुंबात विघटन सुरू झालं. औद्योगिकीकरण आणि शहरीकरण यामुळे अगदी लहान घरांमध्ये राहणं भाग पडू लागलं. यामुळेच मोठी कुटुंबे विभाजित होऊन (लहान) एकेक कुटुंबे निर्माण झाली. या औद्योगिकीकरणामुळे काही लोक वैभवसंपन्न झाले. आर्थिकदृष्ट्या खूप वर चढले. पण दुसरीकडे शोषित, दरिद्री वर्ग मोठ्या प्रमाणावर निर्माण झाला. झोपडपट्ट्यांची वाढ झाली. त्यातच बालगुन्हेगारीची बीजे होती. ती अंकुरित झाली आणि आज आपल्याला ती हिंसाचाराच्या वृक्षात रूपांतरित झालेली दिसून येतात. कुठे लहान मुलांना खंडणीसाठी पळवीत आहेत, तर कुठे मजेसाठी रक्तपात करत आहेत, कुठे लुटालुटीत भाग घेत आहेत तर कुठे बलात्कार करीत आहेत.

बालगुन्हेगार म्हणावं तरी कुणाला? समाजशास्त्रज्ञांनी याच्या वेगवेगळ्या व्याख्या केल्या आहेत. काही जणांच्या म्हणण्यानुसार मुलांमध्ये जेव्हा समाजविघातक वृत्ती गंभीर होते तेव्हा त्यावर कायद्याने काही इलाज आवश्यक ठरतात तेव्हा अशा मुलांना बालगुन्हेगार ही संज्ञा वापरत नाहीत कारण या कृत्यांची सुरुवात ही जाणुनबुजून त्रास देण्याच्या हेतूने झालेली नसते. त्यांच्या गरजेतून किंवा अनभिज्ञतेतून झालेली असते. भूक लागली, घरात जेवायला मिळालं नाही म्हणून पाव उचलणारा मुलगा किंवा दुसऱ्याची वस्तू उचलून घरी आणणं चुकीचं आहे, हे न कळणारी छोटी मुले गुन्हेगार नसतात. त्यांना उन्मार्गी किंवा अपचारी म्हणतात. पुढे जेव्हा हीच मुले हिंसक बनतात तेव्हा ती गुन्ह्याच्या पातळीवर पोहोचतात. दुसऱ्या एका मान्यतेनुसार एखाद्या राज्यातील समाजाच्या नीतिनियमांनुसार, कायद्यानुसार काही गोष्टींना प्रतिबंध असतो. त्यांचं उल्लंघन करणं ही अपचारी किंवा उन्मार्गी प्रवृत्ती म्हणता येईल. हे उल्लंघन एखादा मुलगा किंवा मुलगी वारंवार करतो/ करते तेव्हा त्याला समाज बालगुन्हेगार म्हणू लागतो. कायद्यानुसार योग्य कार्यवाही करून असे गुन्हे आटोक्यात ठेवता येतील. अशी गैरवर्तणूक सुद्धा बालगुन्हेगारीची आहे असे काही जण म्हणतात. वाजवी अपेक्षांच्या (योग्य वर्तणुकीबद्दलच्या) बाबतीत फार मोठी निराशा करणारी वागणूक ही पण बालगुन्हेगारी

होय असेही काही समाजशास्त्रज्ञ म्हणतात.

भारताच्या बालन्याय कायद्यानुसार (१९८६) १६ वर्षे वयाखालील गुन्हे करणारे मुलगे आणि १८ वर्षे वयाखालील गुन्हे करणाऱ्या मुलींना बालगुन्हेगार समजण्यात येते. (त्यांना गुन्हेगार म्हणत नाहीत हे आपण पाहिलेच आहे. त्यासाठी 'अपचारी बालक' असा शब्द कायद्याने वापरण्यात येतो. पण सर्वसाधारणपणे रूढ शब्द बालगुन्हेगार असल्याने तो आपण इथे वापरला आहे.)

बालगुन्हेगारीच्या अभ्यासकांसमोर प्रामुख्याने दोन प्रकारची मुले येतात. बालगुन्हेगार आणि दुर्लक्षित मुले (जी पुढे गुन्हेगारीकडे वळण्याची दाट शक्यता असते.) पहिल्या प्रकारची मुले चोरीपासून मारामारी, लूट, खंडणीसाठी मुले पळविणे, खून या मर्यादेपर्यंत गुन्हे करीत असतात. दुसऱ्या प्रकारात चरितार्थासाठी स्थिर आवक नसल्याने ज्यांना अस्तित्व टिकवण्यासाठी झगडावे लागते, अशी जवळजवळ निराश्रित असलेली मुले येतात. (यांचा विचार अर्थात आपण या लेखात करणार नाही.)

मुले गुन्हे करण्याकडे प्रवृत्त होण्याची जी कारणे विचारात घेण्याजोगी आहेत त्यापैकी – शहरातील कमी उत्पन्न आर्थिक गटातील स्त्रियांना पैसे कमावून आणण्यास सतत घराबाहेर राहावे लागणे हे एक कारण आहे. या मुलांच्या बाबतीत मुलांवरील कुटुंबाचा ताबा, शिस्त, लक्ष हे खूप सैलावलेले असते. त्यांची नीट काळजी घेतली जात नसल्याने अशी मुले हमखास वाईट सवयी व वाईट संगत यांची साथ धरतात. (अशा गोष्टींना मनाई असल्याने अधिक आकर्षक वाटतात) ज्या ठिकाणी वास्तव्य असते तिथली परिस्थिती विघातक कृत्यांना प्रोत्साहन देणारी ठरू शकते. मुलांच्या जडणघडणीच्या वयात त्यांना मूल्यभान मिळतच नाही. चांगल–वाईट हे कळलंच नाही तर आपलं कृत्य विघातक आहे, ते करू नये हे मुलांना कसं कळणार? श्रीमती हंसा सेठ यांनी आपल्या संशोधनात अशा कित्येक मुलांची उदाहरणे दिली आहेत. त्यात बालन्यायालयासमोर वारंवार आणल्या जाणाऱ्या मुलांचीही उदाहरणे बोलकी आहेत.

बालकामगार :

पालकांचे आर्थिक उत्पन्न हे पोट भरण्यास पुरेसे नसले की अशा कुटुंबातील मुलांना जबरदस्तीने कामाला लावले जाते. काही समाजशास्त्रज्ञांचं असं मत आहे की काही कामं मुलांकडून नेहमी करून घेतली जातात पण ती तितकीशी योग्य नाहीत. रस्त्यावर सामान विकणे, हमाली करणे, मसाज, वेगवेगळ्या ठिकाणी माल वा वस्तू पोहोचविणे. (यात दारू, चरस, ब्राऊन शुगर असेल तर संपलंच!), घरकाम करणे, चहाची टपरी सांभाळणे, आणि कचरा, प्लॅस्टीक, भंगार गोळा करणे या कामामध्ये मुलांच्या हातात प्रत्यक्ष माल किंवा पैसा येतो. या वयात पुष्कळदा हे एवढंच आपलं आणि हे दुसऱ्याचं या तऱ्हेची सीमारेखा त्यांच्या मनात पुसट असू शकते. कचऱ्यात फेकलेले कपडे,

कागद, चपला उचलता उचलता एखादा मुलगा घरातल्या, अंगणातल्या साड्या, चपला, वगैरे उचलू लागतो. रस्त्यावर फेकलेल्या वस्तू आपण उचलू शकतो पण अंगणात, घरात अगदी खाली पडलेली वस्तू उचलायची नसते याची त्याला कल्पनाच नसते.

एका ठिकाणी एक पोलीस इन्स्पेक्टरच एका मुलाकडून सगळं घरकाम करून घ्यायचा. त्याला जेवणखाणं, कपडेलत्ते द्यायचा. पण पगार मिळायचा नाही. कधी तरी पॉकेटमनी मिळायचा. एक दिवस त्याचं पेन मिळेना झालं. तेव्हा या मुलाला सरळ पोलीस स्टेशनवर नेण्यात आलं. त्यानं पेन घेतलं नव्हतं. पण कबुली जबाबासाठी खूप मारहाण करण्यात आली. बहुतेक वेळा या मुलांवर आळ येतो आणि मारही खावा लागतो. इथेच गुन्ह्याची बीजं रुजतात. काहींच्या बाबतीत ती फोफावतात आणि थेट हिंसेपर्यंत जाऊन भिडू शकतात.

गर्दी :

राहायला, वावरायला जरासंही स्वतंत्र अवकाश नसणं, हे आणखी एक कारण मुलांना गुन्ह्याला प्रवृत्त करू शकतं. वेगवेगळ्या वयाची स्त्री, पुरुष, मुले, मुली अगदी लहानशा घरात, एका खोलीत परिस्थितीमुळे कसेबसे राहात असतात. इथे खासगीपण नाहीसं होतं आणि मुलांपुढे काय योग्य, काय अयोग्य याचा विवेक सुटतो. वैवाहिक जीवनातील अत्यंत खासगी, जवळकीच्या गोष्टी मुले वारंवार बघतात. प्रो. सिरील बर्ट यांच्या मते ही परिस्थिती मुलांसाठी वाईटच असते. लैंगिक अनुभव लवकर घेणे, (त्यासाठी गुन्हा करणे) किंवा वाईट लैंगिक कृत्यांची चटक लागणे अशा परिस्थितीत सहजी घडते. मुलाच्या पुढील आयुष्यात या गोष्टींसाठी तो खुनापर्यंत जाऊ शकतो.

कित्येकदा तरुण आई-वडिलांना जरासं खासगीपण हवं असल्याने मुलांना घराबाहेर काढण्यात येतं. या झोपडीलगत लगेच फुटपाथ किंवा रस्ता असतो. इथे अशा तऱ्हेचं वातावरण असू शकतं ज्यात (गुन्हे शिकण्याचा) अनेक क्षमता दडलेल्या असतात. जुगार, छेड, दगडफेक, शिवीगाळ, दादागिरी, लैंगिक बळजोरी वगैरे प्रकार इथे चाललेले असू शकतात. यात ही मुलं आपोआप खेचली जातात आणि मोठ्या गुन्हेगारांच्या सहवासात येतात.

मोडलेली कुटुंबे :

मोडलेली, विस्कळीत झालेली, विघटित कुटुंबे हा बालगुन्हेगारीचा मोठा स्रोत आहे. अजूनसुद्धा समाजशास्त्रज्ञ असे स्रोत शोधण्याचा प्रयत्न करताहेत. अशा तऱ्हेच्या कुटुंबातले नेमके कोणते घटक मुलांना गुन्हेगारीला प्रवृत्त करतात? कुटुंबे मोडण्या वा विस्कटण्यासाठी अनेक कारणे असतात. मृत्यू, घटस्फोट, विभक्त होणे, सतत भांडणे होत असलेली अशांत घरे, कुणाही एका पालकाचे प्रदीर्घ आजारपण, नोकरी किंवा तुरुंगवास यामुळे घरापासून लांब असणे या प्रमुख कारणांनी घरे विस्कटतात. समाजशास्त्रज्ञांना असे आढळून आले आहे की, ५५ टक्के उन्मार्गी मुले अशा मोडलेल्या घरांमधून आलेली आहेत.

सदोष शिस्त :

पालकांच्या मुलांना वागवण्याच्या पद्धतीत मोठी चूक असू शकते. कधी नको इतकी शिस्त असते, कठोरपणा असतो. कधी शिक्षा फार जास्त असते, मुलांना स्वातंत्र्य अजिबात नसतं. त्यांच्या व्यक्तिमत्त्वाचा आदर करायचा असतो, काही वेळा त्यांना थोडीशी समज देऊन सोडून द्यायचं असतं याचं भान नसतं. शारीरिक शिक्षा (जास्त मारहाण, अंगठे धरून उभे करणे वगैरे) मुलांमध्ये हिंसक प्रवृत्तींना खतपाणी घालत असतात.

कधी मुलांना नको एवढं सैल सोडलेलं असतं. त्यांना भरमसाट पैसा दिला जातो. त्यांच्यावर अजिबात लक्ष नसतं. त्यांची संगत कोणाशी आहे, सवयी कोणत्या लागत आहेत याकडे लक्ष नसतं. हा शिस्तीचा अभावही मुलांना गुन्हेगार बनवू शकतो.

अपराध आणि अनैतिकता असलेली कुटुंबे :

कुटुंबांचं मानसिक आरोग्य कसं आहे त्यावर मुलाची वाढ अवलंबून असते. कुटुंबात व्यसनाधीनता, मादक पदार्थांची ने-आण, सर्रास अपराध करणे अशा गोष्टी

चालत असतील तर अशा वातावरणात वाढलेल्या मुलांना हे गैर वाटत नाही. जर लैंगिक व्यवहार गैरतऱ्हेने होत असतील तर तेही सहज आहे असा मुलांचा समज होतो. पुढे ती आपोआप त्या मार्गाकडे वळतात. समजायला लागल्यावर त्यांना त्यातून बाहेर पडण्याची इच्छा असली तरी बाहेर पडणं कठीण होतं.

बालअपराधी प्रवृत्ती पायरी पायरीने पुढीलप्रमाणे प्रकट होत जातात –

१. शाळेला दांड्या मारणे.
२. मोठ्यांचे न ऐकता बेशिस्त, बेकाबू वर्तन, घरातून पळून जाणे.
३. घाणेरडी भाषा वापरणे.
४. रस्त्यावर इकडे तिकडे उगाच भटकत वेळ घालवणे.
५. क्लब किंवा जुगार अड्ड्यांमध्ये जाणे. (लैंगिक हिंसाचारी सिनेमा दाखविणाऱ्या पार्लर्समध्ये जाणे).
६. विडी सिगरेटी ओढणे.
७. पान–तंबाखू खाणे.
८. व्यसनाधीनता.
९. मादक पदार्थांची ने–आण करणे.
१०. हस्तमैथून वारंवार करणे, लैंगिकतेची अतिरेकी चटक लागणे.
११. दुसऱ्याला इजा करण्याच्या हेतूने खोड्या करणे.
१२. व्यभिचार.
१३. बलात्कार.
१४. बालवेश्या.
१५. समलिंगी संबंध (लहान मुलांच्या (मुलगे) बाबतीत. विशेषतः बालमजूर या गोष्टींची शिकार होऊ शकतात.)
१६. घर सोडून जागोजाग भटकणे, घर नसणे.
१७. एक अपराध एकदा केल्यावर पुन्हा पुन्हा तो करण्याची इच्छा.
१८. जाळपोळ (सार्वजनिक मालमत्तेची विशेष करून)
१९. दरोडे.
२०. गाड्या वगैरे चोरणे.
२१. हल्ला चढवणे.
२२. खून.
२३. आत्महत्या.

दिवसेंदिवस मुलांनी हिंसाचार करण्याच्या घटना वाढत आहेत. सामाजिक परिस्थिती खालावते, सैलावते आणि स्वार्थासाठी चांगले–वाईटपणाचे भान सुटते, त्या समाजात हे घडू लागते. रोजच्या रोज वर्तमानपत्रांमधून मुलांनी खंडणीसाठी मुले पळविल्याच्या,

खून केल्याच्या, वडिलांवर खुनीहल्ला केल्याच्या घटना आपण वाचत असतो. सामाजिकदृष्ट्या आपण विघटित होत चालल्याचं हे लक्षण आहे. आपण याची वेळीच दखल घ्यायला हवी. आणि या दुखण्यावर इलाज सुरू करायला हवेत आणि हे काम युद्धपातळीवर व्हायला हवं असा याचा अर्थ आहे.

– प्रा. विलास उजगरे

■

प्रा. विलास उजगरे

- एम्.ए, एम्.एस्.डब्ल्यू., डी.एच्.ई., एम्.फिल. असे सखोल शिक्षण असलेले प्रा. उजगरे सध्या एन्. जी. आचार्य व डी. के. मराठे महाविद्यालयात समाजशास्त्राचे अध्यापन करीत आहेत.
- बालगुन्हेगारीवरील त्यांचा प्रबंध सर्वमान्य ठरला असून त्याविषयीचे अधिक संशोधन व लेखन सुरू आहे.
- रस्त्यावरील मुलांसाठी कार्य व कॉलेजातील मुलांना विनामूल्य समुपदेशनही व्रत म्हणून सुरू.

एन. जी. आचार्य ॲन्ड डी. के. मराठे कॉलेज, चेंबूर, मुंबई – ७१.

पत्ता : ११७/७, बी.डी.डी. कॉलनी, तळमजला, वरळी, मुंबई १८.

हिंसा नव्हे वास्तवाचे भान देतो...

सिनेमातल्या एखाद्या गुंडाच्या भूमिकेलाही प्रेक्षक मनापासून टाळी देतो याचा अर्थ प्रेक्षकाला त्या गुंडासारखं व्हायला आवडतं असं नाही; आयुष्य जगताना जनसामान्यांची अनेक तऱ्हांनी होणारी जी कोंडी असते त्या कोंडीला तो गुंड वाचा फोडतो म्हणून प्रेक्षक त्या भूमिकेला टाळी देतो. एकूण सिनेमातील हिंसाचार समाजाच्या मानसिकतेला हिंसक वळण देतो हा मतप्रवाह स्मिता तळवळकर या अभिनेत्रीला, दिग्दर्शिकेला आणि निर्मातीलाही अजिबात मान्य नाही.

डोळ्यांवर अक्षरश: अत्याचार करणारी दृश्यं अलीकडे बहुतांशी चित्रपटाचा अविभाज्य भाग झाल्यासारखी आहेत. त्या दृश्यांमधलो बीभत्सता, क्रूरता इतकी पराकोटीची असते की ती बघून जगात सत्य-शिव-सुंदर उरलंच नाही की काय असं भय वाटण्याइतपत मन साशंक होतं. ही अशी दृश्यं बघताना डोळे अस्वस्थ होतात, बैचेन होतात. या अस्वस्थतेपासून, बेचैनीपासून दूर ठेवणारे स्वच्छ, सुंदर, नितळ, निर्मळ चित्रपट देण्यात 'अस्मिता चित्र' ही संस्था मात्र सातत्य राखून आहे. कौटुंबिक नात्यामधील विश्वास, प्रेम नि पावित्र्य यांची जपणूक आणि सामाजिक प्रश्नांची उकल ही 'अस्मिता चित्र'च्या चित्रपटांची वैशिष्ट्यं प्रेक्षकांना मनापासून भावली. 'कळत-नकळत', 'चौकट राजा', 'सवत माझी लाडकी', 'तू तिथं मी' अशा एकाहून एक सरस चित्रपटांची निर्मिती करणाऱ्या स्मिता तळवलकरांनी आपल्या एकाही चित्रपटात हिंसाचार दाखवलेला नाही. या निर्मातीचं चित्रपटातील हिंसाचाराविषयीचं मत आजमावून घेणं महत्त्वाचं वाटलं म्हणून मुद्दाम जाऊन त्यांची भेट घातली. एकूणच समाजातील वाढत्या हिंसाचारासंबंधानं त्यांनी स्पष्टपणे, परखडपणे काही विचार मांडले; प्रसिद्धी माध्यमाच्या प्रतिनिधी म्हणून त्यांनी मांडलेल्या विचारांचं एक वेगळं मोल आहे.

आपल्या स्वत:च्या चित्रपटात हिंसाचार दाखविला गेला नाही म्हणून इतरांची भूमिकाही तशीच असावी असा त्यांचा मुळीच आग्रह नाही. किंबहुना 'सत्या'सारखे चित्रपट काढले जाण्याला त्यांची हरकत नसल्याचे त्या स्पष्टपणे सांगतात. सिनेमात दाखवला जाणारा हिंसाचार हे प्रखर वास्तवच असतं, याहून कितीतरी भीषण प्रकार बिहार, उत्तर प्रदेशात घडत असतात. भोवतालची प्रतिकूल परिस्थिती, असुरक्षितता माणसाला बरेचदा गुन्हेगारीकडे प्रवृत्त करीत असते. सिनेमात दाखवल्या जाणाऱ्या हिंसाचारामुळे, त्याचा परिणाम होऊन समाज बिघडतो असं स्मितातांईना वाटत नाही. मात्र कोणत्याही गुन्हेगाराच्या भूमिकेचं उदात्तीकरण केलं जाऊ नये; एवढं भान सिनेमा काढणाऱ्यांनी ठेवावं हा एक मौलिक सल्ला त्या देतात. माणूस गुन्हेगारीकडे वळतो, हिंसाचार करायला त्याचे हात धजतात – हे कशामुळे घडते? या कारणांचा शोध घेणं महत्त्वाचं आहे. ही कारणं कुठेही भडकपणा न आणता सिनेमातून मांडली गेली तर प्रेक्षक अंतर्मुख होऊन त्यावर विचार करतो. अशा स्थितीत सिनेमातील हिंसाचाराचा समाजावर – समाजमनावर दुष्परिणाम होण्याची शक्यता किती खरी मानायची? अवती भवती जे काही भलं–बुरं घडतं त्याला छोटा–मोठा पडदा जबाबदार आहे असं मानलं तर रामायणातला आदर्शवाद आणि महाभारतातील कूट नीती समाजात ठायी ठायी दिसायला हवी होती – हे असं घडतं का? हे त्यांचे प्रश्नच स्वच्छपणे, स्पष्टपणे त्यांची भूमिका मांडून जातात. अर्थात 'सत्या'सारखा, त्याच धर्तीचा, त्याच बाजाचा चित्रपट पुन्हा पुन्हा निघायला लागला तर मात्र प्रेक्षक तो स्वीकारत नाहीत. 'हम दिल दे चुके सनम' सारखे चित्रपट ते अधिक पसंत करतात. भोवतीचं वेदनादायी, भयाण वास्तव बघण्यापेक्षा डोळ्यांना सुखवणारं काही पडद्यावर बघावं ही प्रेक्षकांची रास्त अपेक्षा असते हे निर्मात्या स्मितातांई अनुभवातून कथन करतात.

मनाचं हरवलेलं स्वास्थ्य आणि संस्कारांचा अभाव ही दोन प्रमुख कारणं माणसाला हिंसाचाराच्या, गुन्हेगारीच्या दिशेने नेत आहेत. दिवसागणिक प्रचंड प्रमाणात स्पर्धा वाढते आहे. स्पर्धेत हरून तर चालणार नाही पण मग ती जिंकायची कशी? नुसत्या प्रामाणिक मार्गांनी नाही ती जिंकता येत! इथूनच मनाची अस्वस्थता सुरू होते. जिंकण्यासाठी, टिकून राहण्यासाठी मनाविरुद्ध काही गोष्टी कराव्या लागतात, हळूहळू मनही अशा गोष्टींना सरावायला लागतं. पुढेपुढे तर मन अगदी बोथट होऊन जातं. चांगल्या–वाईटातल्या सीमारेषा धूसर व्हायला लागतात. एखादी लहानशी वाईट गोष्ट करतानाही थरकापणारे हात निर्ढावल्याप्रमाणे गुन्हा करायला लागतात. मनाचं स्वास्थ्य ढळलं, असुरक्षिततेचे गडद ढग भोवती जमा व्हायला लागले की सद्सद् विवेकबुद्धीची पावलं मागे सरकायला लागतात. इथे माणसातला माणूस दुबळा ठरला की सैतानाचे हात त्याला वाममार्गाने काम करायला लावतात. खोटं बोलणं, चोरी, हाणामारी, भ्रष्टाचार, बलात्कार, खून अशा चढत्या भाजणीनं गुन्हेगारीवृत्ती बळावायला लागते. आपल्या

स्वत:च्या आशा–आकांक्षा पालकांनी मुलांवर लादण्याने सुद्धा काही मुलं सैरभैर होतात, दिशा हरवल्यासारखी वागायला लागतात. न्यूनगंडामुळे व्यसनांच्याही आधीन होतात. कळत–नकळत गुन्हेगारी वृत्ती त्यांच्या ठिकाणी मूळ धरायला लागते. म्हणून मुलांना वाढवताना पालकांनी योग्य ते भान ठेवणं स्मितातार्इंना महत्त्वाचं वाटतं. प्रतिकूल स्थितीत मन:स्वास्थ्य टिकवणं ही कुणासाठीही अवघड गोष्ट आहे आणि अशी मनाची शांती हरवल्यावर स्वत:चा तोल ढळू न देणं हीदेखील तेवढीच अवघड गोष्ट आहे. हिंसाचाराची पाळंमुळं अशी इथेच पेरली जातात. स्मितातार्इंच्या या म्हणण्यात नक्कीच तथ्य आहे.

अतिव्यस्ततेमुळे मुलांवर संस्कार करायला पालक मोकळे नाहीत, विभक्त कुटुंबपद्धतीमुळे घरातली आजी–आजोबा नावाची संस्कार करणारी शाळा जवळजवळ संपुष्टात आली आहे. यामुळे मुलांच्या जडणघडणीत त्रुटी राहून जाण्याची शक्यता अधिक निर्माण झाली आहे. अगदी मोजके अपवाद वगळता, शाळांमधूनही मुलांना संस्कारांचे धडे मिळेनासे झाले आहेत. संस्कारक्षम वयात मुलांनी अखेर संस्कार कुठून मिळवायचे? मुलं बिघडली, वाईट मार्गाला लागली यात मुलांपेक्षा पालक अधिक दोषी आहेत, असे स्मितातार्इंचे ठाम प्रतिपादन!

मुलांना त्यांच्या खोलीत स्वतंत्र केबल कनेक्शन देणं, त्यांनी मागितलेली प्रत्येक वस्तू त्यांना आणून देणं यापेक्षा त्यांच्यासाठी थोडासा वेळ देणं अधिक गरजेचं आहे. पालकांनी देऊ केलेला हा थोडासा वेळ मुलांच्या आयुष्याला आकार देऊ शकतो, त्यांना जगण्याची रीत शिकवू शकतो. मुलांना स्वातंत्र्य जरूर द्यायला हवं पण त्याचबरोबर

त्याच्यांकडे आवश्यक तेवढं लक्षही द्यायला हवं. हा मेळ पालकांना व्यवस्थित बसवता आला तर मुलं गैरमार्गाला लागण्याच्या प्रकाराला नक्कीच धरबंद बसू शकतो. एक साधं उदाहरण असतं. मुलगा क्रिकेटची बॅट मागतो. त्याला ती लगेच आणून दिली जाते. समजा नाही म्हटलं तर थोडावेळ तो हिरमुसून बसेल इतकच! पण मागितलं ते मिळतच म्हणून वाट्टेल ते मागत राहण्याची चटक तर त्याला लागणार नाही. मुलांना कोणत्याही गोष्टीची चटक लागणं हीच मूलत: वाईट गोष्ट आहे. यातूनच अनेक घातक सवयी त्यांना जन्मभरासाठी लागू शकतात. मुलांमध्ये वाढणारी बेफिकीर वृत्ती, उन्मतपणा, त्यांच्यामध्ये शिरकाव करणारी गुन्हेगारी वृत्ती याची अनेक कारणं आहेत; पालकांचं मुलांकडे होत असलेलं दुर्लक्ष हे त्यापैकी एक प्रमुख कारण असल्याचं स्मिताताई निक्षून सांगतात.

घरातील स्त्री म्हणजे एक जबाबदार घटक आहे. तिनं आपली जबाबदारी डोळसपणे पेलून नेली तर खूप काही साधू शकतं, अनुचित गोष्टी घडण्याला तिच्या सतर्कतेमुळे लगाम बसू शकतो – हा स्मिताताईंचा मुद्दा विशेष लक्षात घेण्याजोगा आहे. पतीने घरात आणलेला 'वरचा' पैसा खरंतर पत्नीला सलायला हवा. पण तसे न करता त्या पैशावर ती चैन करीत राहते. परिणामी पतीच्या भ्रष्टाचारी हेतूला खतपाणी मिळत जातं. आपला नोकरी करणारा मुलगा पगाराव्यतिरिक्तचा पैसा कुठून आणतो? काही गैरमार्ग तो अवलंबतो का? असे प्रश्न आपल्या मुलांना विचारण्याचं धाडस किती आया करू शकतात? जगात भ्रष्टाचार वाढतोय, पण तो पोसायला सुरुवात होते ती घरातूनच! वाममार्गाने घरात येणारा पैसा, घरातील स्त्रिया स्वार्थापायी, सुखलोलुपतेपायी डोळ्यावर झापड बांधून स्वीकारतात; एका अर्थानं या स्त्रियासुद्धा गुन्हेगारच म्हणायला पाहिजेत – स्मिताताईंच्या परखड बोलण्यातून त्वेष प्रकर्षाने जाणवतो.

सभ्यतेचा बुरखा पांघरून हिंसाचार घडवून आणणारी तथाकथित प्रतिष्ठित माणसं; फार मोठे गुन्हेगार आहेत हे एक कटू वास्तव स्मिताताईंच्या कडव्या सुरातून व्यक्त होतं. ही कावेबाज माणसं, दिशाहीन झालेल्या, नैराश्यानं ग्रासलेल्या तरुणांना हाताशी धरतात. उपाशीपोटी राबणाऱ्या दीन–दुबळ्या मुलांना पोसतात. विवेक हरवून बसलेली ही तरुण निराश पिढी त्यांच्या दुष्ट खेळीची बळी ठरते. या हतबल, कमकुवत मुलांसाठी जगण्याचे सगळे भले मार्ग बंद होऊन जातात. त्यांना जाणीवपूर्वक गुन्हेगार घडवून त्यांच्यामार्फत हिंसाचाराची क्रूर खेळी खेळणारे तथाकथित सभ्य मात्र जगामधली सारी सुखं लुटत राहतात. या लुटारूंच्या टोळीचा बीमोड करण्यात पोलिसांना यश मिळालं तर वाढत्या हिंसाचाराला थोडासा पायबंद बसू शकेल. मात्र त्यासाठी प्रामाणिकपणे प्रयत्न व्हायला हवेत, त्यात कसूर व्हायला नको हा त्यांचा परखड सल्ला!

गरज असेल तेव्हा घराच्या स्थैर्यासाठी स्त्रियांनी जरूर नोकरी करावी पण गरज पूर्ण झाल्यानंतर नोकरी करायलाच हवी असं नाही. आर्थिकदृष्ट्या संपन्न असलेल्या

सुशिक्षित स्त्रियांनी आपला थोडासा वेळ समाजासाठी द्यायला काहीच हरकत नाही. संध्याकाळी मुलांसाठी त्या संस्कार वर्ग भरवू शकतात. एकीनं, दुसरीनं, तिसरीनं अशा अनेकजणींनी असे संस्कार वर्ग चालविल्यास खूप मोठ्या प्रमाणात, खूप मोठ्या स्वरूपाचं काम होऊ शकतं. संस्कारभारतीचे वर्ग, शिबिरं ठिकठिकाणी आयोजित होऊ शकली तर त्यांचाही विधायक परिणाम समाजाच्या जडणघडणीवर होऊ शकतो. एकंदरीत संस्कार, या संस्कारांमधून मनाचा विकास आणि या मनोविकासातून जीवनाकडे बघण्याची निकोप दृष्टी हा सगळा प्रवास सातत्याने घडत गेला तर गुन्हेगारी प्रवृत्तीचा पराभव अटळ ठरेल असा त्यांना विश्वास वाटतो. त्यांच्या मते तरुण पिढीत जशा वाईट प्रवृत्ती आहेत तशा चांगल्या सुद्धा आहेत. त्यामुळे भविष्यात केवळ नकारात्मक स्थिती नसेल. खून, बलात्कार, भ्रष्टाचार, हिंसाचार यांना शह देणारी सत्वशील स्पंदनं नव्या पिढीत नक्कीच असतील.

स्मिता तळवलकरांचा हा आशावाद खरा ठरो, आणि सत्य-शिव-सुंदराचे सदा जतन होवो!

– स्मिता तळवलकर

■

स्मिता तळवलकर

- सुप्रसिद्ध अभिनेत्री, निर्माती, दिग्दर्शिका.
  'कळत नकळत', 'चौकट राजा', 'तू तिथं मी', 'सवत माझी लाडकी' अशा एकाहून एक सरस चित्रपटांची निर्मिती. 'अवंतिका' ही टीव्हीवरील मालिका गाजली.
- कुटुंब व त्याचा सर्वांगीण विकास केंद्रस्थानी ठेवून चांगल्या साहित्यावर आधारित चित्रपट निर्माण केले. अनेक सन्मान व पुरस्कार प्राप्त.

पत्ता : २०१, मातोश्री हाइट्स, डी. एल. वैद्य रोड,
दादर, मुंबई २८.
फोन : २४३३००२१

स्वयंशिस्तीची गरज

हिंसाचार वाढलाय! जगभर तसा तो वाढतोय. अनेक कारणांचं जाळं त्यामागे पसरलंय. ते भेदायला अजून तरी कुणाला जमलेलं नाही. आणि प्रसार माध्यमांच्या सुळसुळाटामुळे समाजात दडलेला हिंसाचार खूपच भयावह प्रमाणात आपल्यासमोर येतो आहे. मुळात तो मानवी स्वभावाचा एक भाग आहे. माणसाच्या वर्तणुकीत तो कमी-जास्त प्रमाणात प्रतिबिंबित होत असतो. मानवी जीवनातले नातेसंबंध उलगडणाऱ्या साहित्यात जसा तो होतो तसं टेलिव्हिजनवरसुद्धा होतो. पण हिंसाचाराचं मूळ कारण काही टेलिव्हिजनचे कार्यक्रम नव्हेत. टेलिव्हिजन बघून कुणी हिंसा करायला जात नाही. निदान आपल्या देशात तरी टोकाची हिंसा दाखवणाऱ्या कार्यक्रमांचं प्रमाण अगदी कमी आहे. टेलिव्हिजनवर ६० टक्के मालिका या विनोदी असतात. सगळ्या कुटुंबानं एकत्र बसून बघाव्या अशा. २० टक्के मालिका मानवी नातेसंबंधावर आधारित कौटुंबिक अशा असतात. उरलेल्या २० टक्क्यांमध्ये कुठे तरी गुन्हे असतात. पण पोलीस किंवा गुन्हे अन्वेषणावर आधारित मालिकांमधेही हिंसेचं भीषण स्वरूप काही दाखवलेलं नसतं.

तरीही हे मान्य करायला हवं की टीव्ही किंवा फिल्मस्ना आपली जबाबदारी झटकता येणार नाही. हिंसेच्या इतर अनेक कारणांबरोबर उत्तेजित करणारी दृश्ये, भावनांचं उद्दिपन, खुनांची दृश्ये वगैरेंचा मोठा प्रभाव प्रेक्षकांवर पडतो. आपल्याकडील लहान मुलं आणि बुद्धीचा विकास न झालेली काही मोठी माणसं यांच्यावर तर्कापेक्षा या थेट दृश्यांचा खूपच प्रभाव पडतो. दृश्य माध्यमाची ही मोठी ताकद असते. तिथे पडद्यावर काय घडतंय ते त्यात समरस झालेल्या प्रेक्षकाला खरं वाटायला लागतं. दृश्य माध्यमाची ती मर्यादाही असते. कारण प्रेक्षकाची कल्पनाशक्ती, तर्कशक्ती बोथट व्हायला लागते. ती तशी होऊ नये असं वाटून कार्यक्रमांची निर्मिती करणारे फार कमी असतात.

फिल्मस्चा विचार करायचा झाला तर ते एक जगड्व्याळ चक्र आहे. तो धंदा

आहे. त्यावर अनेकांची पोटं अवलंबून आहेत. तिथे पैसा मिळावा हेच अपेक्षित असतं. कुणी सुधारण्याचे आदर्श घेऊन तिथं आलेलं नसतं. मूळ आयुष्यातल्या नाट्यावर आधारित फिल्मस् किंवा टीव्ही कार्यक्रम असतात. त्यात संघर्ष दाखवणं कठीण असतं. तो थोडा भडक करावा लागतो. तिथं हिंसा कोणत्या ना कोणत्या स्वरूपात हजर होतेच!

पण आपल्याकडे कित्येक फिल्मस् अशा असतात की तिथे विषयाला धरून हिंसेचं दर्शन किंवा गुन्हेगारी दाखवलेली नसते. इथे वितरकांची मागणी वेगळी असते. त्यांचं त्यांचं त्यांच्या प्रदेशानुसार एक गणित असतं. त्यांना फिल्म चालविण्यासाठी विशिष्ट मसाला हवाच असतो. तो आहे की नाही त्याची आधी विचारणा होते. ''इसमे छे-सात मर्डर है या नहीं? एक-दो रेप सीन्स होने चाहिए! हिरॉईनने पानी में भीग कर नाचना चाहिए! कपडे मॉडर्न होने चाहिए!'' हे सगळं असेल तर वितरक फिल्मसूना हात लावणार. युपी, बिहार, दिल्ली इथे अशी गणितं असतात. ते धंदा करायला बसलेले असतात आणि प्रेक्षकांना हवं ते देत असतात.

पण मुळात प्रेक्षकांना काय हवं असतं? तुम्ही देता ते बघून बघून त्याची अभिरुची बनते का? त्यांची अभिरुची जाणीवपूर्वक घडवता येईल का? दर्जा वाढवता येईल का याचा विचार होत नाही. दक्षिणेतील अनेक चित्रपट उत्कृष्ट आहेत. ग्रामीण विभागातही तुफान चालतात. त्यात चांगली स्वच्छ पिक्चर्सही चालतात. त्यात नातेसंबंधांवर भर असतो. या बाबतीत 'हम आपके है कौन' किंवा तत्सम उदाहरणं देता येतील. राष्ट्रीय पातळीवर त्यांनी उच्चांक मोडलेले आहेत. पण वितरकांमध्ये विशिष्ट परिपक्वता आल्याखेरीज हे घडणार नाही. त्यांनी पैसे दिल्याशिवाय प्रोड्युसर इतर लोकांना पैसे कसे देणार? मग वितरक मागतील ते प्रोड्युसर कलाकारांकडून करवून घेतात. 'हिंसा, खून, सेक्स' हे असेल, तरच फिल्म घेणार अशी घट्ट चौकट असल्यावर काय करणार? पण निदान लोकांच्या नावावर ते खपवायला नको. कुणीही पुढाकार घेऊन, आम्ही हे चक्र भेदणार असं म्हणत नाही. एखाद्या कलाकाराचं वितरण असलं तरी ते मुंबईपुरतं असतं. युपी, बिहार, नेपाळ वगैरे सगळीकडे तो जाऊ शकत नाही. तिकडच्या वितरकांची त्याला गरज लागतेच. ते सगळे फिल्ममध्ये 'नाचगाणी, खूनखराबा, सेक्स, व्हायोलन्स' मागतातच, त्याची विशिष्ट कारणं असतात. मिथुनचे वर्षाकाठी पाच चित्रपट होत असतं. ते तुफान चालतात. त्यात सगळा मसाला असे. वितरकांचा पैसा वसूल होई. इथे पैसा केंद्रस्थानी आहे. पण डोळ्याला पट्टी बांधून साचेबंद चित्रपटच आपण का काढतोय? आणि प्रेक्षकाला नाईलाजाने तेच बघता बघता त्याची सवय होतेय का? याचा विचार वितरक करीत नाहीत. साखळीतले पुढले दुवेही करीत नाहीत.

वर्षानुवर्षे त्यांनी ठोकताळे बसविलेले असतात. 'चवन्नी ऑडियन्सला' हेच हवंय असं ते म्हणतात. तेव्हा आमच्या प्रेक्षकांचा ते एक प्रकारे अपमान करीत असतात. पण, दुसरीकडे पैसे देणारा प्रेक्षक देव असतो. 'तो हेच मागतो' म्हणून हेच देणार ही

रेकॉर्ड लागलेलीच असते. हे दुष्ट चक्र भेदणार कोण? हे एक-दोघांचं काम नाही. शशी कपूरने खूप प्रयोग केले. कालचक्र, न्यू दिल्ली टाइम्स, चौरंगी लेन सारखे उत्कृष्ट पिक्चर्स काढले. चालले नाहीत. प्रोडक्शन बंद करावं लागलं. तुमच्या असं लक्षात येईल की समांतर सिनेमाची चळवळ करणारे दिग्दर्शकही व्यावयायिक चित्रपटांकडे वळत आहेत. शेवटी टिकून राहणं गरजेचं ठरतं.

तेव्हा मग हिंसा, कामुक दृश्ये ही सिनेमात बटबटीतपणे येतात हे नाकारून चालत नाही. त्याचा अपरिपक्व बुद्धीवर परिणाम होतो हेही नाकारून चालत नाही.

काय व्हायला हवं? आमचा तळागाळातला प्रेक्षकगण फार मोठा आहे. त्याची बुद्धी संस्कारित व्हायला हवी. त्याला जसजसं शिक्षण मिळेल, कलात्मक मूल्ये आणि दर्जा यांची जाण यायला लागेल, काय भडक आहे, काय वास्तव आहे, यातील भेद समजायला लागेल तसतशी त्याची मागणी वेगळी होत जाईल. वितरकांवर त्याचा दाब पडायला लागेल. पण त्यासाठी शिक्षण महत्त्वाचं आहे.

वेगवेगळे विषय हाताळण्याचं धाडस खूप कमी लोक दाखवतात. आपल्याकडे तुलनात्मक दृष्टया टीव्हीवर हिंसाचार कमी असतो. पण हिंसाचार ग्लोरिफाय करतातच. इथेही एक चक्र आहेच. नवीन विषय, वास्तवाला धरून आशयघन कथा घेऊन जा, चॅनेलवाले स्वीकारणार नाहीत. सगळं काही बटबटीतपणे दाखविण्याकडे कल असतो. टीव्ही वर सर्वसामान्य माणसाचं खरंखुरं जीवन कितीसं प्रतिबिंबित होतं? इकडे 'अप मार्केट' म्हणून शब्द रूढ आहे. म्हणजे कुठलाही गोष्ट ग्लॅमरस करून दाखवायची. सगळं कसं श्रीमंत, चकचकीत, छान छान हवं! सगळं कृत्रिम झालंय. चॅनेल्समधली मंडळी खूप थोर! खूप शिकलेली आहेत एम.बी.ए. वगैरे! फिल्मसूचे वितरक त्यामानानं तितके सोफिस्टीकेटेड नाहीत. पण दोहोंमध्ये काय फरक आहे? चॅनेल्समध्येही सगळ्या गोष्टी चकचकीत, चमचमीत हव्यात. सध्या टीव्हीवर विवाहबाह्य संबंधांवर आधारित मालिकांचं पीक आलंय. ते दर्शकांच्या नावावर खपवतात. सगळं जाहिरात विश्व टी.आर.पी.च्या रिपोर्ट्वर चालतं. टी.आर.पी. मॅनीप्युलेट केलं जातं.

काय आहे हे टी.आर.पी.? मुंबईत समजा एक कोटी लोक आहेत. त्यातल्या १००० लोकांचा सॅंपल सर्व्हे होतो. केवळ हजार लोकांवर एक करोड लोकांचं गणित बेतलं जातं. त्याच्या वेगवेगळ्या पद्धती आहेत. पण निव्वळ शास्त्रीय म्हणता येईल अशी एकही

पद्धत नाही. मग उत्तेजित ठेवणाऱ्या कार्यक्रमांवर लोकांना झुलवत ठेवायचं! सतत उत्तेजित अवस्थेतल्या माणसाच्या हातून हिंसा चटकन् घडते हे वास्तव आहे. म्हणजे टीव्ही माध्यमाचाही अजाण का होईना हिंसेला हातभार लागतो हेही स्वीकारायला हवं. पण हा हातभार किती असतो?

कसल्या तरी कारणांचे धागे हिंसेमागे गुंतलेले असतात. गुन्हेगारीकडे वळणारी खेळणी मिळायला लागली आहेत. ही तर काही टीव्ही निर्माण करीत नाही ना? टीव्हीवर रामायणासारख्या मूल्यविवेक शिकवणाऱ्या मालिका बघून मुलांना धनुष्य बाणासारखं खेळणं हवंसं झालं, ते निर्माण करायला खेळणी बनवणारे अहमहमिकेनं पुढं सरसावताहेत. त्या बाणांमुळे कुणाचा डोळा फुटल्याची घटनाही घडलेली आहे. यात काय फक्त टीव्हीच गुंतलाय?

एक प्रकारचं वेडं निर्माण केलं जातं. त्या वेडाच्या लाटेवर स्वार झालेला ग्राहक त्या वस्तू विकत घेतो. त्या वस्तू निर्माण करणारा हे बघत नसतो की यातून हिंसक वृत्तीला खतपाणी मिळतंय का? त्याला हवा असतो पैसा! दारूचे बार, लेडीजवाले (बार गर्ल्स) बार रात्री दीड-दोन पर्यंत चालू असतात. ही हिंसाचाराची मूळं पसरविणारी केंद्रे आहेत. कोण परवानगी देतं यांना रात्री दोन दोनपर्यंत मागील दाराने व्यवहार चालू ठेवायला? यातून कुणाला आणि किती पैसा पोहोचता होतो? परत या हिंसेला खतपाणी घालण्याच्या व्यवहारामागे पैशाची लालसाच आहे ना?

लोकसंख्या वाढतेय! महानगरं हिंसेची बनत चालली आहेत; असं का? कुटुंब-नियोजन ही गोष्टच लोकांपर्यंत पोहोचली नाही. चीन करू शकतो ते आपला देश का करू शकत नाही? एकेका कुटुंबात आठ-दहा मुलं! एका झोपडीत कोंबलेली! वैफल्य, कंटाळा, दारिद्र्य साऱ्या गोष्टी ठासून भरलेल्या. त्यात पोटाची भूक भडकली तर ती काही मूल्यबिल्य जाणत नाही. मग तो फक्त अस्तित्वाचाच झगडा असतो. म्हणजे परत गोष्ट भिडते पैशापाशी ! इतकं दारिद्र्य की पैशासाठी हिंसा करायला काही वाटत नाही. भूक माणसाला सर्व करायला भाग पाडते. इथे टीव्ही, फिल्मसूचा वगैरेचा काडीचाही संबंध नसतो.

पोलीस कस्टडीत खून; कोर्टात जाताना खून, हॉस्पिटलमध्ये खून या अंडरवर्ल्डमध्ये आधी घडून मग चव्हाट्यावर आलेल्या गोष्टी आहेत. नंतर त्या फिल्मस्‌मध्ये चित्रित झाल्या. घडलेल्या गोष्टीला टीव्ही, फिल्मस् जबाबदार होत्या का? सर्व धागे एकत्र येऊन हिंसा विणली जाते. ती समाजातून नाहीशी व्हायची तर क्रांती घडायला हवी. ती एक-दोघांमुळे घडत नाही. झटक्यात घडत नाही. रक्तपात घडवून क्रांती होत नाही हे माणसं शिकली आहेत. परिवर्तन ही चिकाटीची, कमालीच्या संथ गतीने होणारी प्रक्रिया आहे. प्रत्येकानं निदान आपल्यापुरती मर्यादा घालून घ्यायला हवी. माझ्या स्वतःच्या बाबतीत बोलायचं तर मी टीव्ही मालिका निर्माण करताना ज्येष्ठ, श्रेष्ठ साहित्यिकांच्या

मानवतावादी साहित्यकृतींची निवड केली, 'कथनी' – अरविंद गोखले, 'जुईली' – मधू मंगेश कर्णिक, 'शेजार' – माधवराव गडकरी, 'ग्रॅन्ड रिडक्शन सेल' – शं. ना. नवरे, 'भूमिपुत्र' – आत्माराम सावंत अशा मराठी मालिका केल्या, तर चॅनेल्सवर 'हम सब एक है' आणि दूरदर्शनवर 'विलायती बाबू' या निव्वळ विनोदी मालिकांची निर्मिती केली आहे.

एक प्रकारची स्वयंशिस्त सर्वांनी घालून घ्यायला हवी. आपली मुलं काय पाहताहेत ते पालकांनी पण जागरूकपणे पारखलं पाहिजे. नको त्या गोष्टींपासून मुलांना परावृत्त केलं पाहिजे. हिंसेची खूप परिणामकारक दृश्ये असलेले कार्यक्रम उशिराच ठेवायला हवेत. साऱ्या अस्तित्वाच्या केंद्रस्थानी माणूस आहे, पैसा नव्हे ही जाणीव समाजात झिरपत जायला हवी. एरवी सर्व परिवर्तनात सक्रिय असलेला आपला मध्यमवर्ग सुस्तावला आहे. त्याला झडझडून जागं करायला हवं. मूल्यव्यवस्थेची फेरआखणी करायला हवी. टीव्ही आणि फिल्मस्‌वर सगळं ढकलून कसं भागेल? मी खूप आशावादी आहे. परिवर्तन होईल. माणसाच्या अंत:स्थित शहाणपणावर माझा विश्वास आहे. आणि आत्मविश्वासानं मी असं म्हणेन की परत एकदा ही आपली पृथ्वी माणसानं निर्भयपणे, आनंदाने, मोकळेपणाने हिंडण्याजोगी हिंसारहित नक्कीच होईल.

– राजू पार्सेकर

■

राजू पार्सेकर

- प्रसिद्ध दिग्दर्शक गोविंद निहलानींकडे सहाय्यक दिग्दर्शक म्हणून काम.
- 'अर्धसत्य', 'विजेता पार्टी', 'आघात' इत्यादी चित्रपटांच्या दिग्दर्शनात सहाय्य. 'कथन', 'जुइली', 'शेजार', 'ग्रॅन्ड रिडक्शन सेल', 'भूमिपुत्र' अशा मराठी मालिका, त्यांचे दिग्दर्शन.
- सुभाष भेंडे यांच्या 'जोगीण' या कादंबरीवर मराठी व हिंदी भाषेत चित्रपट तयारी.

हिंसाचाराविरुद्ध निकोप वृत्ती

समोर एक आरसा असतो; त्यात आपण स्वत:ला निरखून बघतो, आपल्या रंग-रूपाचं प्रतिबिंब तिथं उमटलेलं दिसतं. ज्येष्ठ लेखिका गिरिजा कीर यांच्यापाशी विचारांचा असाच एक लख्ख आरसा आहे; त्या आरशाचं वैशिष्ट्य असं की, त्यात तुम्हा - आम्हा सगळ्यांनाच आपल्या जीवनाचं प्रतिबिंब न्याहाळायला मिळतं. गिरिजाताईंची लेखणी वा वाणी; कोणतंही साधन असू दे, त्यात सामान्य माणसाची सुख-दु:खे सामावलेली असतात. म्हणूनच त्यांचं लेखन वाचताना वा त्यांना ऐकताना आपण नकळत त्यात गुंतून जातो. तिथला एकेक अनुभव जिवंत होऊन आपल्यासमोर येतो, आपल्याच आयुष्याचा भाग असल्यासारखा! 'वाढता हिंसाचार' या विषयावरचे त्यांचे पारदर्शी विचार ऐकण्याचे औत्सुक्य मनात घेऊन त्यांना भेटले. त्या सलगपणे बोलत गेल्या, मध्येच प्रश्न विचारून त्यांची लय तोडण्याचं धाडस मलाही करावसं वाटलं नाही.

हिंसाचार हा शब्द ढोबळपणे न वापरता, शारीरिक आणि मानसिक असे त्याचे दोन प्रकार स्पष्टपणे लक्षात घ्यायला हवेत - या मुद्द्यापासून गिरिजाताईंच्या भाष्याला सुरुवात झाली. शारीरिक हिंसाचार डोळ्यांना दिसत असतात. कुणीतरी कुणाला सुऱ्यानं भोसकतं, कुणी बंदुकीतून गोळी झाडून दुसऱ्याचा प्राण घेतं. बाह्यत: दिसणारा हा हिंसाचार; यापेक्षा मानसिक हिंसाचाराची तऱ्हा निराळीच असते. इथे मनाचा अनन्वित छळ होत असतो. मनावर घातले जाणारे घाव प्रत्यक्ष दिसत नसले तरी त्याची जखम मात्र फार खोलवर झालेली असते. शेवटी कोणताही हिंसाचार हा वेदनादायीच असतो. जखमेतून रक्त आणि डोळ्यांतून अश्रू सांडणारा असतो.

माणसाने माणसाशी पशुसारखं वागणं हाच हिंसाचार असतो. या हिंसाचाराची अनेक कारणं संभवतात, त्यापैकी एक म्हणजे दूरदर्शनसारख्या प्रभावी प्रसिद्धी माध्यमातून दाखवल्या जाणाऱ्या काही भयंकर, बीभत्स दृश्यांनी समाज मनावर अपरिहार्यतेने होणारे

परिणाम. या परिणामातून अपरिपक्व वयाची संवेदनशील मुलं वाईट मार्गाला लागू शकतात. पडद्यावर जे काही दिसतं ते स्वत: करून बघण्याच्या प्रयत्नात ही मुलं दिशा हरवून बसतात. सिनेमाच्या पडद्यावरील प्रणयप्रसंग काल्पनिक आहेत, याचं भान नसलेली तरुण मुलं ते प्रणयप्रसंग तसेच्या तसे वास्तवात रंगवू पाहतात आणि तिथे अपयश आलं की सूडाची भावना त्यांच्या मनात धगधगायला लागते. हिंसाचाराची ही पहिली ठिणगी असते. ही ठिणगी इतकी जळजळीत असते की, जिच्यावर प्रेम केलेलं असतं त्या व्यक्तीचा जीव घेतानाही त्यांचे हात थरकापत नाहीत. सिनेमातील भडक स्वरूपाचा हिंसाचार काही घातक प्रवृत्ती समाजात निर्माण करू शकतो. सिनेमा, दूरदर्शन याप्रमाणेच लेखनातील क्रौर्य, लिखाणातून येणारे काही भयंकर संदर्भ वाचून सुद्धा माणसात हिंसक वृत्ती पोसली जाण्याची शक्यता नाकारता येत नाही.

भोवतालचं वातावरण कसं, संस्कार कसे यावर माणसाचं मन पोसलं जातं. संध्याकाळी न चुकता दारू पिऊन झिंगून येणारे आणि आईवर शिव्यांचा भडिमार करून तिला बेदम मारहाण करणारे वडील; या पार्श्वभूमीवर झोपडपट्टीतल्या मुलांवर संस्कार होणार तरी कसे? साहजिकच या मुलांना वाईट सवयी लागतात. चांगल्या घरातल्या आपल्या मित्रांना जे काही मिळतं ते आपल्याला का मिळू नये? हा प्रश्न त्यांच्या मनाला सतत पोखरत राहतो. आयुष्यात येणारे नकार ही मुलं पचवू शकत नाहीत. यातूनच क्रौर्याची भावना उफाळायला लागते. झोपडपट्टीतल्या पाइपांमधला उघडा नागडा शृंगार बघून ही मुलं बिथरतात. ही शारीरिक गंमत मला का मिळू नये? हा विकृत विचार अर्थातच वाईट मार्गाकडे घेऊन जाणारा! हिंसाचाराकडे वळायला असं पोषक वातावरण मिळाल्यावर मुलं आणखी दुसरं काय करणार?

साधारण २० वर्षांपूर्वी 'जीवनात पोकळी निर्माण झालीय' असं म्हणणाऱ्या बायका भेटायच्या. मुलं आत्मनिर्भर झाल्यावर बायकांना रिकामपण जाणवायला लागायचं. आता मात्र तसं होत नाही. ज्येष्ठ नागरिक संघाच्या वेगवेगळ्या उपक्रमांमध्ये त्या सामील होतात. सेवानिवृत्त पुरुषांनाही अशा संस्था कार्यरत ठेवून पोकळी जाणवू देत नाहीत. तरुण वयाच्या मुलांमध्ये मात्र मोठी पोकळी निर्माण होतेय. विभक्त कुटुंबे, आई-वडिलांची व्यस्तता, त्यांच्या प्रचंड महत्त्वाकांक्षा यामुळे पालक आणि मुलं यांच्यात संवाद होऊ शकत नाही. कुटुंबाचं संतुलनच बिघडूनच जातं. याचा गंभीर परिणाम मुलांना अधिक भोगावा लागतो. मानसिक आधार त्यांना उरत नाही. या अशा कारणांमुळे अस्वस्थ झालेल्या एका किशोरवयीन मुलाचा अतिशय हृदयद्रावक अनुभव गिरिजाताईंनी सांगितला.

हा मुलगा घर सोडून थेट आपल्या शिक्षकांच्या घरी गेला. आई खूपच महत्त्वाकांक्षी आणि वडील पत्ते खेळण्यात मग्न, त्यामुळे आपल्याकडे लक्ष द्यायला कुणालाही वेळ नाही हे त्या मुलाचं दु:ख होतं. संध्याकाळी त्या मुलाची शोधाशोध सुरू झाली. मुलाचे

आई-बाप त्या शिक्षकाच्या घरी आले. तेव्हा त्या शिक्षकाची पत्नी मुलाला गोष्टी सांगून रमवत होती. 'माझ्या तुटपुंज्या पगारात माझ्या विद्यार्थ्यांना मी एवढंच देऊ शकतो' शिक्षक म्हणाले. आई-वडील अक्षरश: खजील झाले. साधे संस्कारसुद्धा आपण आपल्या मुलाला देऊ शकलो नाही याची जाणीव, शिक्षकांच्या घरातलं दृश्य बघितल्यावर त्यांना झाली. ही घडलेली हकीकत एक मौलिक सत्य सांगून गेली आहे - केवळ जन्म देऊन मुलांची आई होता येत नाही. जन्म दिलेल्या मुलांचं नीट पालन-पोषण करणं हा आईपणाचा एक महत्त्वाचा भाग आहे; तो सांभाळता आला नाही तर आई अपूर्ण ठरते. 'ज्या मातेला आद्य कर्तव्य कळत नाही तिला आई होण्याचा अधिकारच नाही' अस गिरिजाताई निक्षून सांगतात. आज गुन्हेगारी वाढतेय, मुलं हिंसाचाराकडे वळताहेत याला कुटुंबातील विसंवाद फार मोठ्या प्रमाणावर कारणीभूत आहे. निदान येऊ घातलेल्या पुढच्या पिढीला तरी हा शाप भोगावा लागू नये यासाठी आत्तापासून सतर्कतेने पावलं टाकली पाहिजेत, हा गिरिजाताईंचा कळकळीचा सल्ला आहे.

कुटुंबातील विसंवादामुळे दिशा नाही, प्रकाश नाही अशा अवस्थेतील अनेक तरुण मुलं गिरिजाताईंकडे येतात. घरात मिळू न शकणारा मानसिक आधार त्यांना गिरिजाताईंच्या बोलण्यातून मिळतो. ज्या मुलांना आपण केवळ पैशाची, वैभवाची स्वप्नं दाखवली, चढाओढीच्या रिंगणात ज्यांना आपण ढकललं त्यांच्याकडून साधन-शुचितेची अपेक्षा कशी करता येणार? हे असं व्हायला आमची पालकांची पिढी जबाबदार

आहे, असं गिरिजाताईंचं स्पष्ट मत आहे. स्पर्धेच्या रिंगणातून या मुलांना संघर्षालाही सामोरं जाव लागेल. संघर्षातून पराभव, त्यातून संताप, त्यातून पुढे हिंसचार अशी एक साखळीच काहींच्या जीवनात तयार झाली. खरंतर हे पालकांचं अपयश आहे, म्हणून पालकांना शिक्षण दिलं जाणं अधिक महत्त्वाचं आहे. हेच विचार २५ वर्षांपूर्वी शिक्षणतज्ज्ञ यमुनाबाई इर्लेकर यांनी मांडले होते, त्यावेळी गिरिजाताईंनी त्यांची मुलाखत घेतली होती. येणारी १० वर्षे संक्रमणावस्थेत जातील; पण पालकांना यथायोग्य मार्गदर्शन मिळाल्यास उगवती पिढी नक्कीच अस्थिर, अस्वस्थ असणार नाही.

सामाजिक विषमतेतून हिंसाचाराचा आगडोंब उसळतो. रमाबाईनगरातील उदाहरण अगदी ताजं आहे. गरीब-श्रीमंत, उच्चवर्णीय-नीचवर्णीय या संघर्षातून विद्वेषाचा अंगार फुलत जातो, त्यातून हिंसाचार धगधगायला लागतो. म्हणून या सामाजिक विषमतेला पायबंद घालणं आवश्यक आहे. या संदर्भात गिरिजाताईंनी त्यांच्या वडिलांची एक आठवण सांगितली. ते मुरूड जंजिऱ्याला बँकेतले उच्चपदस्थ अधिकारी होते. गणपतीच्या दिवसात 'राजा भंगी' नारदाचं सोंग घेऊन 'नारायण नारायण' असं म्हणत घरासमोर आला. वडिलांनी त्याला घरात बोलावलं पण आपण खालच्या जातीचे; आत कसं जायचं म्हणून दारातच त्याची पावलं अडखळली. वडिलांनी मात्र त्याला घरात नेऊन गणपतीचं दर्शन घ्यायला लावलं. त्याच्या डोळ्यांतून अश्रू वाहायला लागले. याच्या उलट अगदी अशी, कवी केशव मेश्राम यांच्या जीवनातील एक आठवण विषयाच्या ओघात गिरिजाताईंनी सांगितली.

केशव मेश्राम शाळेत असताना त्यांचा जोशी नावाचा एक मित्र त्यांना घरी घेऊन गेला. मित्र एकदम श्रीमंत, घरात गाडी-घोडे सगळं काही होतं. मित्राच्या आईचं मन मात्र स्वच्छ नव्हतं. घोड्याच्या पागेत इतस्तत: सांडलेले, लीद आणि मूत्र मिसळलेले हरभरे केशवला खाऊ म्हणून तिने दिले. केशवच्या डोळ्यात पाणी आलं. पहिल्या प्रसंगात जातीचा विचार न करता माणसाला माणूस म्हणून वागवलं गेलं, तर दुसऱ्या प्रसंगात मात्र माणसाला जातीच्या नावाखाली पशुसमान लेखलं गेलं. सामाजिक विषमतेचं विद्वेषात पर्यवसान आणि विद्वेषाचं हिंसाचारात पर्यवसान हे चक्र अटळ होऊन बसलं आहे.

मानसिक हिंसाचार हा अत्यंत क्लेशदायी प्रकार! गिरिजाताई राहात असलेल्या परिसरात, साधारण पाच वर्षांपूर्वी स्त्रियांच्या आत्महत्यांची पाच प्रकरणं घडली. यापैकी दोन आत्महत्या हलाखीची स्थिती असलेल्या घरात तर उरलेल्या तीन मात्र सुस्थितीत असलेल्या घरात घडल्या ही मुद्दाम नोंद घ्यावी अशी बाब! त्या संपन्न, सुसंस्कृत (?) घरातून अगदी रोज स्त्रीच्या किंकाळ्या ऐकायला यायच्या, काहीतरी भीषण प्रकार तिथे घडणार याची ही चाहूल होती आणि तसंच घडलं. आपल्या मुलीसह, राहत्या घरात चौथ्या मजल्यावरून त्या घरातल्या सुनेनं खाली उडी टाकली. 'माहेरून पैसे

घेऊन ये' यासाठी रोजच्या रोज होणारा मानसिक छळ ती सहन करत राहिली, आई-वडिलांपाशी सुद्धा त्याचा उच्चार केला नाही. आपलं दु:ख तिनं उरात बाळगलं आणि अखेर मृत्यूला जवळ केलं. कपडे वाळत टाकायला गेली असताना तोल जाऊन ती खाली पडली असं मुलीच्या वडिलांकडून वदवून घेऊन सासरच्यांनी प्रकरण मिटवून टाकलं. अनन्वित मानसिक छळातून झालेल्या या मृत्यूसंबंधात कुणी, कुणाला, कसलाच जाब विचारला नाही. प्राण थंड होऊन गेला.

१४ वर्षांच्या एका मुलीवर ६० वर्षाच्या बापानं केलेल्या बलात्काराची केसही अशीच डोळ्यादेखत मिटवली गेली. काहीही होऊ शकलं नाही. या मानसिक छळाचा उच्चार कसा, कुठे करायचा? याला कोण उत्तर देणार?

ब्लॉकमध्ये राहता राहता माणसाचं मनही ब्लॉक झालं की काय असं वाटण्याइतपत माणूस माणसाला आज दुरावला आहे. 'अमृता देशपांडे'ला भरदिवसा, भररस्त्यात मारलं जातं पण भोवताली असलेली माणसं प्रेतासारखी थंडगार असतात. तिची निर्घृणपणे हत्या करणाऱ्या हातांना कुणीही अडवत नाही. असं का होतं? किंबहुना असं होतं म्हणूनच हिंसाचार फोफावत जातो. लोक संघटित होऊन गुन्हेगाराला शिक्षा देतील तर आज दिसणारं नकारात्मक चित्र काही प्रमाणात नक्कीच बदललेलं दिसेल. कायदा गुन्हेगाराला शिक्षा करतो पण तोच कायदा पुरावा न मिळाल्यास गुन्हेगाराला निर्दोषही ठरवतो. परिणामी कायद्याच्या कचाट्यातून सुटलेला गुन्हेगार पुन्हा गुन्हा करायला मोकळा होतो.

असंच होत राहील तर हिंसाचाराला आळा बसणार कसा? याला एक पर्याय आहे – समाजातील निकोप, निरोगी प्रवृत्तींनीं एकत्र येऊन हिंसाचाराविरुद्ध प्रखर लढा दिला पाहिजे. अन्यथा रक्तपात, बलात्कार, भ्रष्टाचार यातून दिवसागणिक वाढत चाललेलं क्रौर्य पृथ्वीला केविलवाणं करून टाकेल, तिला पार गुदमरून टाकेल.

गिरिजाताईंना एकदा गणेशोत्सवात प्रमुख पाहुण्या म्हणून बोलावलं होतं. सांस्कृतिक कार्यक्रमांनी उत्सवाला सुरुवात झाली. कानठळ्या बसवणारी गाणी (?) रेकॉर्डवर वाजायला लागली. त्या गाण्यांवर एकामागून एक नाच सुरू झाले. उत्तान कपडे घालून, नट्यांनाही लाजवतील असे अंगविक्षेप करीत मुली नाचत होत्या. त्या मुलींच्या आया कौतुकानं सारं बघत होत्या. श्रीगणेशासमोर, एका पावन स्थळी चाललेला हा अशोभनीय प्रकार बघून गिरिजाताई बेचैन झाल्या. शेवटी न राहवून आपल्या भाषणात त्यांनी या सगळ्या हिडीस प्रकाराचा कडाडून निषेध केला. आपलं भाषण कुणाला आवडेल की नाही याची त्यांनी पर्वा केली नाही. मुलींचे असे उत्तान नाच, मुलांना कामुकतेला आमंत्रण देऊ शकतात. याचे गंभीर परिणाम घडल्याची काही उदाहरणंसुद्धा त्यांनी दिली.

एकंदरीत वाढत्या हिंसाचारामुळे माणसाच्या आयुष्यातील निरामयता हरवून गेली

आहे. सूड भावनेनं एकमेकांवर बिनदिक्कत शस्त्रं परजली जातात, माणूसपणाची छकलं उडताहेत. रस्त्यावर अंधार वाढत चालला आहे आणि म्हणूनच 'इथं दिवा लावायला हवा' हे गिरिजाताईंचं पोडतिडकीन सांगणं आहे. माणसांच्या गर्दीत मिसळून, माणसांना आजमावून घेत लेखन करणारी ही लेखिका; तिनं जे काही सांगितलं त्याचं समाजाला नीट आकलन झाल्यास, रस्त्यावरच्या अंधारात प्रकाशाची एखादी तरी तिरीप नक्कीच दिसेल.

– गिरिजा कीर

■

गिरिजा कीर

- ज्येष्ठ साहित्यिक. सुमारे शंभर पुस्तके प्रकाशित. मुलांसाठी उत्तम संस्कारमूल्ये असलेले बालवाङ्मयही प्रकाशित. अनेक पुरस्कारांनी त्यांचे साहित्य सन्मानित झाले आहे. कथाकथन व भाषणांचे सुमारे २५०० कार्यक्रम.
- नेरळला कोतवालवाडीत आदिवासी मुलांसाठी १६ वर्षे कार्य. जन्मठेपेच्या कैद्यांसाठी नऊ वर्षे कार्य. त्यांच्या मानसिकतेची, गुन्ह्यामागच्या परिस्थितीची मीमांसा करणाऱ्या प्रबंधावर काम सुरू.

पत्ता : ५, 'झपूर्झा', साहित्य सहवास,
कलानगर, वान्द्रे पूर्व, मुंबई –५१.

फोन : २६५९०८८२ / २६४१४०८४

हिंसा आणि लैंगिकतादमन

हिंसेची क्षमता निसर्गानेच मनुष्याला दिलेली आहे. उदरनिर्वाहासाठी किंवा स्वसंरक्षणासाठी हिंसेचा साधन म्हणून वापर करणं हा तमाम जीवसृष्टीचा नियमच आहे. मनुष्याने मात्र समाज, संस्कृती, सहजीवन यांची रचना केली. उदरनिर्वाह, संरक्षण या जबाबदाऱ्यांना सामाजिक स्वरूप दिल्यामुळे खरंतर हिंसेचा वैयक्तिक वापर करण्याची कारणं मनुष्याच्या जीवनात संपुष्टात यायला हवी होती; पण तसं झालेलं जराही दिसत नाही.

मानवी जीवनाच्या सर्व अंगांमध्ये, सर्व क्षेत्रांमध्ये, सर्व स्तरांवर बोकाळत चाललेल्या हिंसाचाराचं मूळ कारण शोधण्याचा प्रयत्न अनेक विचारवंतांनी केला. समाजरचनेची बांधणी होत असतानाच्या प्रक्रियेमध्ये किंवा सुसंस्कृत समाजाने बांधून दिलेल्या नीती व धार्मिक शिकवणींमध्ये तरी याचं कारण दडलेलं नाही, याचा विचार मीसुद्धा अनेक वर्षे करत आलो आहे.

हिंसक प्रवृत्तीच्या लोकांच्या मानसिकतेचे सूक्ष्म निरीक्षण करणे; त्यांच्या भोवतीच्या परिस्थितीचं अवलोकन करणे; त्यांच्यावर झालेल्या संस्कारांचा अभ्यास करणे; मनोविज्ञान (psychology), जमावमानसशास्त्र (mobpsychology), मनोविकारशास्त्र (psychiatry) या शास्त्रांच्या अनुषंगाने हिंसेचे मूळ शोधून काढण्याचा नितांत प्रयत्न मी अनेक वर्ष केला. सुमारे पाच वर्षांपूर्वी अगदी योगायोगाने घडलेल्या घडामोडींमधून मला हिंसेचे मूळ सूत्र ध्यानात आलं.

माझ्या एका जवळच्या मित्राचा चौदा वर्षांचा मुलगा बोर्डिंग स्कूलमध्ये शिकत होता. त्याच्या शाळेला दिलेल्या भेटीत, तिथे निर्माण झालेल्या एका बिकट परिस्थितीसंबंधी आयोजित केलेल्या चर्चेमध्ये, एक डॉक्टर व समुपदेशक (counsellor) या नात्याने, अचानक मला निमंत्रित केलं गेलं. शाळेचे संस्थापक, विश्वस्त, मुख्याध्यापक, ज्येष्ठ शिक्षक व काही संबंधित पालक यांच्या उपस्थितीत ही

चर्चा घडून आली. तीन तास चाललेल्या या चर्चेमधून एक विलक्षण गोष्ट माझ्या लक्षात येत गेली.

साधारणपणे नववी व दहावी इयत्तांमध्ये शिकणाऱ्या मुलांमध्ये, या इयत्तांमध्ये गेल्यापासून अचानक हिंसक व विध्वंसक प्रवृत्ती मोठ्या प्रमाणात निर्माण होतात. जी मुलं पाचवी ते आठवीपर्यंतच्या काळात सरळ, सभ्य, सोज्ज्वळ व खेळकर होती, तीच मुलं नववी , दहावीत जाताच त्यांच्यातील आक्रमक, हिंसक, विनाशक प्रवृत्ती वर येऊ लागतात. बाह्य परिस्थिती पूर्ववत असूनही मुलांमध्ये १४ ते १६ वर्षांच्या काळात अचानक या उग्र व विध्वसंक प्रवृत्ती प्रकट होऊ लागतात. शाळेच्या सामग्रीचं नुकसान करणं, इतर मुलांच्या वस्तूंची मोडतोड करणं, आपल्यापेक्षा लहान व कमकुवत मुलांवर विनाकारण अत्याचार करणं, चटकन मारामारीला प्रवृत्त होणं, अभद्र भाषा वापरणं व शिवीगाळ करणं या प्रवृत्ती अचानक प्रकट होऊ लागतात.

१४ ते १६ वर्षांच्या या विशिष्ट वयात निर्माण होणाऱ्या या प्रवृत्तीची कारणं बाह्य घटकांमध्ये नसून त्यांच्या आतूनच याचा उगम होतो आहे ही गोष्ट माझ्या ध्यानात येऊ लागली. अर्थातच, या विशिष्ट वयात मुलांमध्ये घडणाऱ्या शारीरिक व मानसिक बदलांमध्येच याचं कारण दडलेलं असावं या गोष्टीचं निरीक्षण, संशोधन व अभ्यास मी करू लागलो. या सर्व निरीक्षणांमधून एक अत्यंत मौल्यवान असा निष्कर्ष माझ्या समोर स्पष्ट होत गेला. या निष्कर्षाचा पडताळा (confirmation) मग मी अनेक पातळ्यांवर केलेल्या माझ्या अभ्यास व अनुभवातून करत गेलो. सदर लेखात याच निष्कर्षाचं विवेचन मी करणार आहे.

साधारणपणे १४व्या वर्षी मुलांमध्ये लैंगिकतेचं अवतरण होतं. त्याची लक्षणं त्यांच्या शरीरावर व मानसिकतेवर उमटू लागतात. दाढीमिशा येणं, आवाज फुटणं, जननेंद्रियांची वाढ होणं, गालावर मुरूम येणं, शरीराचा बांधा पुरुषी ढंगाचा होऊ लागणं असे शारीरिक बदल मुलांमध्ये घडू लागतात. तसेच स्त्रीबद्दल आकर्षण वाटायला लागणं, लैंगिक विचार मनात येणं, लैंगिक स्वप्न पडू लागणं, असे मानसिक बदलही घडून येऊ लागतात.

आपल्यामध्ये घडणाऱ्या या बदलांचा अर्थ काय काढावा, त्यांची योग्य-अयोग्यता कशी तपासावी व या बदलांची सांगड आपल्या रोजच्या जीवनाशी कशी घालावी या बद्दलची एक संभ्रमित (confused) अवस्था मुलांमध्ये निर्माण होते. जे घडतंय ते केवळ आपल्याच बाबतीत घडतंय असा भ्रामक समजही अनेकजण करून घेतात. नेमकं याच वेळी पालक व शिक्षक या विषयावर मौन तरी धारण करतात किंवा याबाबतच्या चर्चेला निषिद्ध, अश्लील, गैर, अभद्र समजतात.

लैंगिकता ही खरंतर एक नैसर्गिक गोष्ट, शरीरातील इतर क्रिया-प्रक्रियांप्रमाणेच गरजेची व सामान्य. पण या विषयाला नाजूक, वादग्रस्त अशी लेबलं लावून शाळा, विद्यापीठ व अगदी सरकारही ती सतत टाळत आली आहेत. कुठली ना कुठली कारणं

दाखवून, बहाणे बनवून पालक व शिक्षक वैयक्तिकरीत्यासुद्धा या विषयाची मुलांशी उघड चर्चा करणं टाळत आले आहेत.

एकीकडे मुलांना लैंगिक शिक्षण देण्याचं आपण कटाक्षाने टाळतो पण दुसरीकडे त्यांच्यावर सर्व दिशांनी लैंगिक निर्देशांचा भडीमार होत असतो. सिनेमा, दूरदर्शन, नाटक, जाहिराती, मासिकं यातून लैंगिकतेचे विकृत व ओंगळ संकेत मुलांपर्यंत सतत पोहचत असतात. बाह्य परिस्थितींमधला हा विरोधाभास मुलांमध्ये एक द्वंद्व (conflict) निर्माण करतो. हे असह्य द्वंद्वच मग हिंसाचाराच्या रूपाने मुलांमध्ये व्यक्त होऊ लागतं.

लैंगिकता निसर्ग देतो पण तिचा विरोध करण्याचं शिक्षण समाजाकडून दिलं जातं. व्यक्तीला स्वतःच्या निसर्गदत्त स्वाभाविकतेशी लढून जिंकणं शक्य नसतं. अशावेळी मग त्यात विकृतीचा उगम होतो.

आपल्या देशात आपण मुलांची लग्नं वयाच्या २४-२५ वर्षांच्या सुमारास करतो. वयाच्या १४ व्या वर्षी मुलांमध्ये लैंगिकतेचा उगम झालेला असतो. पण लग्न व्हायला एक पूर्ण दशक जायचं असतं. वयाच्या १४-१५ ते २४-२५ काळातच शिक्षण, व्यवसाय, नोकरी यांसारखे महत्त्वाचे टप्पे पार केले जाणार असतात. शरीरधर्मानुसार याच काळात व्यक्तीची कामेंद्रियं, कामुकता व लैंगिक अभिव्यक्तीची आग्रही मागणी सतत करत असतात. पण अभिव्यक्तीचा काही एक समाजमान्य मार्ग नाही हे त्यांना दिसत असतं. ही एकट्याने सोसावी लागणारी एक वैफल्यग्रस्त (frustrating) अवस्था मुलं तीव्रतेने अनुभवतात. अशा परिस्थितीत लैंगिकतेचं दमन (repression) करणं हा एकमेव मार्ग मुलं अखेरीस अगदी नाइलाजास्तव स्वीकारतात. हा स्वीकार निसर्गनियमांच्या विरुद्ध असल्यामुळेच मग तो हिंसाचार व विध्वंसक प्रकारांनी व्यक्त होऊ लागतो.

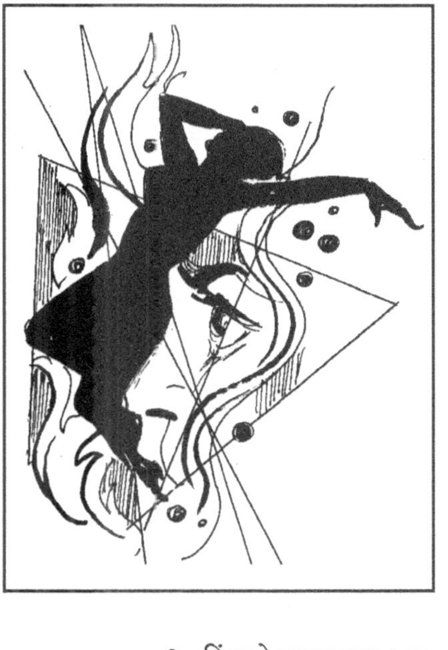

या समस्येचा उपाय काय? मुलांची लग्नं लवकर करणं हा उपाय असू शकत नाही कारण लग्न म्हणजे केवळ लैंगिकतेला मोकळी वाट करून देण्यासाठी असलेली योजना नव्हे. असा संकुचित दृष्टिकोन ठेवणं योग्य नव्हे व म्हणूनच विवाहव्यवस्थेकडे उपाय म्हणून पहाणं शक्य नाही. या समस्येचं सखोल चिंतन करून जे काही उपाय माझ्यासमोर आले त्यांचा भरपूर अवलंब मी माझ्या

१४ वर्षांच्या प्रॅक्टिसमध्ये केला. त्यातले काही वेचक मुद्दे मी इथे मांडतो आहे.

१) योग्य वयात लैंगिक शिक्षण

लैंगिकतेचा विकास होत असताना, वयाच्या १३-१४ वर्षांपासून, शाळांमधून किंवा पालकांकरवी लैंगिक शिक्षण दिल्याने मुलांमध्ये लैंगिकतेबाबत एक प्रांजळ स्वीकार निर्माण होतो, हे आज जगभर झालेल्या प्रयोगाअंती सिद्ध झालेले एक वैज्ञानिक सत्य आहे. मुलामुलींमध्ये वयात आल्यावर होणारे बदल हे जर त्यांना आधीच ज्ञात असतील तर त्या अवस्थेतून जात असताना मुलं त्याचा सहज व स्वाभाविकपणे स्वीकार करायला शिकतात.

वर्ल्ड हेल्थ ऑर्गनायझेशन (W.H.O.) ने केलेल्या संशोधनात असं दिसून आलं आहे की, लैंगिक शिक्षण दिल्यानंतर मुलांमध्ये नको ते धाडसी प्रयोग करण्याची प्रवृत्ती कमी होते व जबाबदार लैंगिक संबंध ठेवण्याचं वय होईपर्यंत थांबण्याचं मनोबल त्यांना प्राप्त होतं. योग्य सूत्रांकडून योग्य माहिती मिळाल्यामुळे चुकीच्या माध्यमांतून विकृत माहिती मिळवण्याची प्रवृत्तीही लोप पावते. अशा मुलांमध्ये हिंसक प्रवृत्ती निर्माण होत नाही.

लैंगिक शिक्षण म्हणजे जननेंद्रियांशी केंद्रित प्रजनन प्रक्रियेची माहिती पुरवणं एवढंच नसून लैंगिकतेच्या मानसिक व भावनिक (emotional) पैलूंची समग्र माहिती देणं, स्त्री व पुरुष यांच्या लैंगिकतेमधील मूलभूत फरक समजावून देणं, लैंगिक विकासाच्या सर्व अवस्थांचं शास्त्रोक्त विवरण करणं, वैवाहिक जीवनाबाबत एक जबाबदार अशी पार्श्वभूमी निर्माण करणं, संततिनियमन, एड्स यांची संपूर्ण माहिती देणं या सर्व गोष्टी त्यात येतात.

लैंगिकता ही एक प्रचंड क्षमतेची ऊर्जा आहे. पृथ्वीवरील तमाम जीवसृष्टी ज्या ऊर्जेच्या मार्गाने प्रकट व संक्रमित होते तीच ही ऊर्जा. या ऊर्जेची तुलना विद्युत शक्तीशी करता येईल. लैंगिकतेप्रमाणेच विद्युत्‌शक्ती जेव्हा अनाहूतपणे आकाशात चमकते तेव्हा तिचं स्वरूपही असंच आक्रमक, अक्राळ-विक्राळ व विध्वंसक असतं. पण तिचा जर आपण अभ्यास केला, तिचे गुणधर्म जाणून घेतले व तिचं विज्ञान आत्मसात केलं तर तीच वीज दिवे, पंखे, टी.व्ही., मोटारगाडी, दूरध्वनी अशा अनेक विद्युत् उपकरणांमधून सेवा करू लागते. अगदी अशाच प्रकारे लैंगिकतेची जर आपण माहिती करून घेतली, समंजसपणे तिची चर्चा केली, लैंगिकतेचे सर्व पैलू समजून घेतले तर हीच ऊर्जा अभ्यास, व्यवसाय, कला इत्यादी क्षेत्रांमध्ये एक सृजनात्मकता आणू शकते.

या विरुद्ध जितकं या ऊर्जेला दाबलं जाईल, टाळलं जाईल, अव्हेरलं जाईल तितकं तिचं स्वरूप हिंसक व विध्वंसक होत जातं. लैंगिकतेचा समग्र अभ्यास व सहज स्वीकार हाच मुलांमधील सुप्त हिंसक प्रवृत्तींवर एक antidote आहे.

२) लैंगिक गैरसमज व न्यूनगंड दूर करणं

पौगंडावस्थेत येताच मुलांमध्ये हस्तमैथुन करण्याची इच्छा निर्माण होते तसेच लैंगिक स्वप्नं पडून स्वप्नांमध्ये वीर्यस्खलन होऊ लागतं. या गोष्टी सर्व मुलांमध्ये घडतात यात अघटित असंही काही नाही व त्यापासून अपायही काही होत नाही. प्रेशर कुकरमध्ये वाफ जास्त दाटली गेली की ती बाहेर पडण्यासाठी जशी शिट्टीची सोय असते, तशीच लैंगिक उत्तेजना दाटली गेली की तिची वाट मोकळी व्हावी म्हणून निसर्गानेच या रचना ठेवल्या आहेत. हस्तमैथुन म्हणूनच कुणाकडून शिकावं लागत नाही. अत्यंत स्वाभाविकपणे मुलं ते शोधून काढतात. असं करण्याने त्यांना कोणताही शारीरिक अथवा मानसिक अपाय होत नाही हे वैज्ञानिक सत्य आहे. असह्य होत असलेल्या लैंगिक उत्तेजनेला शांत करण्यासाठी जर मुलं हस्तमैथुनाचा अवलंब करत असतील तर त्यात काहीच गैर नाही. पण नेमकं यालाच गैर, घातक असल्याचं सांगितलं गेल्यास मुलं निसर्गाने योजलेला हा सोपा मार्ग अवलंबण्यास टाळू लागतात, पण मग त्याचा परिणाम हिंसक प्रवृत्ती निर्माण होण्यास होऊ लागतो. काही मुलांमध्ये या व अशा गोष्टींबद्दल प्रचंड न्यूनगंड निर्माण होतो. मुलांमधील ही न्यूनगंडाची भावना दूर करायची असल्यास त्यांच्याशी मोकळी व उघड चर्चा करणं गरजेचं असतं. अगदी हीच सूचना मी माझ्या मित्राच्या मुलाच्या शाळेत चर्चेमध्ये दिली. आज त्याचे फार चांगले परिणाम झाले असल्याचे दिसून आले आहे.

३) सक्रिय ध्यान प्रयोग :

वयाच्या १४व्या वर्षापासून मुलांमध्ये उफाळून येणारी ऊर्जा जर सक्रिय ध्यानप्रयोगांमधून विधायकपणे वापरली गेली तर त्याची हिंसक वृत्ती वर डोकावणार नाही हा सुद्धा असाच एक अनुभव. असे ध्यानप्रयोग एक उपाय म्हणून अवलंबण्याचे अनेक यशस्वी प्रयत्न जगभर झाले आहेत. या ध्यानप्रयोगांची सविस्तर माहिती देण्यासाठी वेगळा लेखच लिहावा लागेल. सदर लेखामध्ये मात्र त्याचा उल्लेख करण्यावरच मला भागवावं लागणार आहे.

'लैंगिकतेचं दमन' हेच जर हिंसकवृत्तीच्या मुळाशी असेल तर मुलींमध्ये अशी हिंसक प्रवृत्ती का दिसून येत नाही ? असा सवाल अनेकजण मला करतात. त्याचं उत्तर पुरुष व स्त्रीच्या लैंगिकतेमधील मूलभूत फरकामध्ये लपलेलं आहे.

पुरुषांची लैंगिकता ही 'शरीरप्रधान' असते तर स्त्रीची लैंगिकता 'भावनाप्रधान' असते. पुरुष स्त्रीच्या शरीराकडे आकर्षित होतो व लैंगिकतेच्या शारीरिक अभिव्यक्तीकडे त्याचा कल असतो. स्त्री मात्र केवळ प्रेम व्यक्त करण्याचा एक उत्कट प्रकार म्हणून लैंगिकतेचा वापर करते. स्त्रीसाठी लैंगिकता ही दुय्यम असते तर पुरुषासाठी ती एक

प्राथमिक व शारीरिक अशी गरज असते. म्हणूनच लैंगिक दमन पुरुषांमध्ये प्रामुख्याने घडतं. काही स्त्रियांमध्ये मात्र शरीरप्रधान लैंगिकता असू शकते. त्याचं प्रमाण साधारणपणे १०% असतं. अशा स्त्रियांमध्ये सुद्धा लैंगिक दमन व त्यामुळे निर्माण होणारी हिंसक प्रवृत्ती दिसून येते.

हिंसेच्या मुळाशी 'लैंगिक दमन'हे कारण असल्याबद्दलचं बरचसं संशोधन आज जगभर मोठ्या प्रमाणात चालू आहे. या संशोधनांमधून अनेक नवीन सिद्धान्त, निष्कर्ष व उपाय पुढेही समोर येतीलच. तोपर्यंत या विषयाला वाचा फोडण्याचं काम जरी हा लेख करू शकला तरी त्यातच मी धन्यता मानीन.

डॉ. राजन बा. भोसले

■

डॉ. राजन भोसले

- एम.बी.बी.एस. (प्रथम श्रेणी), एम्.डी. (प्रथम क्रमांक).
- लैंगिक विज्ञानक्षेत्रातील ज्येष्ठ तज्ज्ञ. मुंबईच्या के.इ.एम. रुग्णालयात व जी. एस. मेडिकल कॉलेजमध्ये सेक्शुअल मेडिसिन या विभागात मानद प्राध्यापक व विभागप्रमुख म्हणून सध्या कार्यरत.
- 'हार्ट टू हार्ट' हे भारतातील पहिले विवाहपूर्व मार्गदर्शन व तपासणी केंद्र स्थापून त्या क्षेत्रात मोठे कार्य चालविले आहे.
- अनेक वृत्तपत्रे व मासिकांमधून लैंगिक शिक्षण व त्याबद्दलची शास्त्रीय माहिती देणारी सदरे चालविली. 'समग्र कामजीवन' या पुस्तकाने विक्रीचा उच्चांक गाठला. दूरदर्शनवर या संदर्भात अनेक कार्यक्रम केले. एकंदरीत लैंगिकता व लैंगिक शिक्षण या संदर्भात जागृतीची एक चळवळ उभी केली.

फोन : २३७५५८६६ / २३७७८६२४

हिंसाचार नव्हे जगण्याचा नियम!

फिजी आयलंड्स हा एक द्वीपसमूह आहे. येथील एका बेटावरील लोक निसर्गाशी पूर्ण तादात्म्य पावून राहतात. नैसर्गिकरीत्या मिळणारी फळे, कंदमुळे खातात. पण त्याहून ते आपली उपजीविका डुकरांवर करतात. डुकराचे मांस हेच त्यांचे अन्न.

कधीतरी असंही घडतं की डुकरांची संख्या घटू लागते. माणसांची संख्या वाढू लागते. पोट भरणं मुश्कील होऊ लागतं. अशावेळी ते एक जागा आणि दिवस नियुक्त करतात. त्या दिवशी ते फक्त मारामारी करीत सुटतात. रक्तपात आणि जीव घेणे. प्राणांतिक जखमा करणे चालू होते. त्यांचे एकमेकांशी वैर असते म्हणून नव्हे किंवा युद्ध हवे म्हणून नव्हे. लोकसंख्या कमी करणे हाच त्यांचा मुख्य उद्देश असतो. पर्यायाने जे लायक, सक्षम असतील ते टिकतील या पद्धतीचा अवलंब करणे हेच या रक्तपातामागचे कारण असते. या प्रसंगानंतर माणसांची संख्या कमी होते. परत एकदा असलेल्या डुकरांच्या प्रमाणाशी ही संख्या जुळती होते व परत त्यांचे शांत जीवन सुरू होते.

फिजीवरील आणखी एका द्वीपावरील हकीकत अशीच विलक्षण आहे. ही जमात ही आदीम असून नैसर्गिक परिस्थितीशी जुळवून घेऊन जगते. या जमातीतील लोक स्वत:ला फक्त दोनच मुले होऊ देतात. या मागचं कारण फार वेगळं आहे. ही जमात झाडांवर राहते. त्यामुळे संकट आले तर एक मूल नवऱ्याच्या पाठीवर व दुसरे बायकोच्या पाठीवर असे घेऊन ते धावतात. झाडे पडणे, वणवा लागणे, जंगली जनावर झाडावर चढणे, विजेची भीती वगैरे प्रसंगात तिसऱ्या मुलाचे काय करणार? म्हणून दोन मुलांनंतर जी मुले होतील ती ठार मारण्यात येतात. हा हिंसाचार आहे असे आपल्याला वाटते, त्यांच्या लेखी तो जगण्याचा नियम आहे.

हिंसाचार आणि कायदा

हिंसाचार या शब्दाबरोबर सामान्य माणसाच्या मनात कायदा आणि सुव्यवस्था येते. खरोखर हिंसाचार हा कायद्याचा प्रश्न आहे का? हिंसाचार हा सामाजिक प्रश्न आहे. फक्त त्याला आळा कसा घालावा, प्रतिबंध कसा करावा हे कायदा बघत असतो. मानवी मनातील उपजत प्रवृत्ती आणि सामाजिक, परिस्थिती यातून हिंसाचाराचा उगम होतो.

हिंसाचार हा मानवी समाजाचं अविभाज्य अंग आहे. आपण लहान मुलांवर संस्कार करताना रामायण-महाभारतातील कथा सांगतो किंवा छत्रपती शिवाजी महाराजांच्या कथा सांगतो त्यातही विपुल प्रमाणात हिंसाचार असतो.

मुलांना या कथा सांगत असताना नकळत का होईना हिंसामुक्त समाज असूच शकत नाही हा संस्कार होतोच. समाजात हिंसा आहे हे मान्य केलं तरी सुद्धा प्रश्न असा येतो की निरोगी समाजात हिंसाचार कितपत असावा? असं संख्यात्मक परिमाण तरी ठरवता येत नाही. पण आपल्याकडे एक उपजत जाण असते. घडत आहे हे अतीच आहे, अयोग्य आहे, ही जाणीव अस्वस्थ करू लागते. आपल्या समाजाकडे बघता ही जाणीव शंभर टक्के येते. काळ बदलतो तसतशी हिंसाचाराची तीव्रता कमी-अधिक होते. आपल्या समाजात ती वाढते आहे याला पायाभूत अशी कारणं आहेत. ती लक्षात घेतल्यावर मगच कायदा त्या संदर्भात काय करू शकतो, कुठे त्याचा उपयोग होत नाही हे तपासून बघता येते. आपल्याकडे हिंसाचार, गुन्हेगारी वाढत्या प्रमाणावर आहे याचं सर्वात महत्त्वाचं कारणं म्हणजे -

आपल्या समाजात असलेला राष्ट्रीय चारित्र्याचा अभाव - योग्य काय - अयोग्य काय, नीतीला धरून वागणं कोणतं आणि कोणतं कृत्य गैर, अनैतिक याचा विवेक माणसांना उरलेला नाही. मुलांवर संस्कार करतानादेखील पांडवांनी हिंसा केली किंवा रामानं युद्ध केलं ते निदान नीतिनियमात बसत होतं, रावणाचं वागणं अनैतिक होतं, तसं

ते का होतं? कोणते नियम, सामाजिक संकेत, त्यांनी तुडवले? ते गैर का होते? ते मुलांना कळायला हवं.

आपल्याकडे छोटा राजनसारखा हिंसाचारी माणूस गणपतीवर २५ लाख रुपये खर्च करतो. लोक तिथे अगदी रांगेत उभे राहून दर्शन घेतात. छोटा राजनचं कौतुक करतात. तेव्हा त्या गणपतीवर त्यानं खर्च केलेला पैसा कोणत्या मार्गाने मिळवला त्याचं भान उरत नाही. त्याच्या हिंसाचाराला, अन्यायाला, क्रौर्याला आपण प्रतिष्ठा देतो हे लक्षात कसं घेतलं जात नाही?

बाबू रेशीम हा गुन्हेगार मेल्यावर १०००० लोक त्याच्या मर्तिकेला गेले. मग नगरसेवक, आमदारही गेले. नगरसेवक किंवा आमदार जातात कारण सत्ता हे त्यांचं उद्दिष्ट असतं. आपल्या भागातल्या लोकांचा अनुनय करणं त्यांना भाग असतं. लोक गेले की तेही जातात. पण लोकांचं काय? यश कुठल्या मार्गाने मिळवलं? संपत्ती कशी गोळा केली हा मुद्दा दुर्लक्षिला गेला की नैतिकता घसरते. योग्य काय – अयोग्य काय याचं भान सुटलं की कायद्याचं भय लोकांना वाटेनासं होतं.

दुसरा मुद्दा असतो स्वकृत्याला जाणीवपूर्वक जबाबदार राहण्याचा. एखादा मनुष्य एखादे कृत्य करतो तेव्हा त्याच्या बऱ्यावाईट परिणामांची जबाबदारी त्याची असून त्याने ती स्वीकारायला हवी. परिणामांचं फळ भोगायला हवं ही वृत्ती आपल्याकडे नाही. कुठलीही बेकायदा गोष्ट करून माणूस सुटू शकतो. तिकीट न घेता प्रवास केला त्याची प्रौढी मारू शकतो.

समजा एखाद्याचा भाऊ भ्रष्टाचारात पकडला गेला तर भ्रष्टाचार हा सामाजिक गुन्हा आहे. त्यामुळे भावानं त्याची जबाबदारी घेऊन सजा भोगायला हवी असा दृष्टिकोन हवा. तसा तो नसतो. तर उलटपक्षी, हा माझा भाऊ आहे, त्याला मी मदत करायला हवी. दुसरा कोणी याच्या अवैध कृत्याने दुःख भोगीत असेल तर असो. पण माझं इमान माझ्या भावाशी आहे असा विचार केला जातो. त्यानंतर जातीजमातीबाबत असा विचार केला जातो. आपल्या जातीच्या माणसानं गुन्हा केला तर त्याला सुटायला मदत करायला हवी ही विचारधारा असते.

आम्हाला कायद्याचं गांभीर्य नसतं. विधिनिषेध नसतो. सोयीचे असतील तोवर कायदे पाळायचे. एरवी दुर्लक्ष करायचं. एखादा गुन्हेगार पकडल्यावर त्याला मार बसत असेल तर गर्दीची सहानुभूती उलट त्या गुन्हेगाराकडे असते, "अरे जाने दो. छोड दो यार. इतना कुछ खास नही!" वगैरे लोक बोलत असतात.

हिंतेद्र ठाकूर किंवा पप्पू कलानी समाजाचे गुन्हेगार आहेत. पण ते प्रचंड मताधिक्याने निवडून येतात. हे कशाचं निदर्शक आहे? कायद्याची बूज किंवा चाड आपल्या

जनमानसात नाही. जबाबदारीची जाणीव नाही.

पाश्चात्त्य समाजात त्या मानानं नीतिनियम खूप निष्ठेने पाळले जातात. राष्ट्रीय चारित्र्य तसंच घडलेलं आहे. आपल्याकडे एखादा गाडीवाला सिग्नल तोडून पुढे गेला तर काही व्यवस्था करून तो सुटू शकतो. गृहिणी सुद्धा गॅसचा नंबर आपला नसताना गॅसवाल्याला पंधरा रुपये देऊन गॅस सिलिंडर इतर कुणाच्या वाट्याचा असेल तो स्वतः घेतात. नियम तोडणं, स्वतःच्या फायद्यासाठी दुसऱ्याची गैरसोय लाच देऊन करणं असा तिहेरी अपराध आपण करतो हे त्यांच्या गावीही नसतं. कुणी काहीही करावं आणि परिणामातून अलगद सुटावं असं कितीदा तरी घडतं. मुळात कायद्याची अंमलबजावणीच होत नाही. अंमलबजावणी करण्याचे अधिकार ज्याच्या हाती असतात त्याला लाच देऊन कायदा कसाही मोडता येतो. मी कायदा पाळला पाहिजे. तोडला तर तो गुन्हा आहे. त्याचे परिणाम मी भोगायला हवेत हे माणसाने कबूल करायला हवं. आणि नागरिक कायदा पाळतात की नाही हे बघण्याचं ज्याचं काम ते त्यानं अत्यंत इमानदारीनं करायला हवं. कायद्याचं आणि समाजाचं भय दोघांना हवं. रस्त्यात थुंकण्यासारखे नियमभंग अनेक जण करीत असतात. अनेक जण तिकडे बघतात, त्यांना काही वाटत नाही ही अगदी सामान्य पातळीवरची गोष्ट. मोठ्या पातळीवर बघायलाच नको.

कायद्याच्या बाबतीत आदर्श कोणता? तर शरपंजरी असलेल्या भिष्माने जो धर्मराजाला सांगितला तो –

न राजा – न प्रजासी न दन्डो नच दान्डीतासी –

कुणी राजा नाही कुणी प्रजा नाही. शिक्षा होणारा/शिक्षा फर्मावणारा नाही. जो तो आपापल्या जबाबदारीनं, नीतीनं वागणारा असतो तो समाज स्वयंशासित असतो. नागरिकच इतक्या जबाबदारीनं वागत असल्यावर दंड – कायदा – शिक्षा यांची गरजच उरत नाही.

हा आदर्श झाला तरी व्यावहारिक पातळीवर ते अशक्यच असतं. मनुला हे वास्तवाचं भान होतं. त्यानं म्हटलं आहे सगळे दंडाच्या भयाने चालत असतात. दन्डव्यवस्थेशिवाय शिस्त, नियमपालन करणारे दुर्लभ असतात. दंडाचं भय असायला हवं. स्वकर्माच्या जबाबदारीचं आणि त्याचे परिणाम वाहण्याचं भान असेल, अकाऊंटेबिलिटीचा संस्कार असेल तर दंडाचे भय राहील. सर्व समाजावर तो संस्कार असल्याने कायदा पाळायला हवा. तो मोडला तर शिक्षा होईलच हे भान प्रत्येक व्यक्ती बाळगू लागेल. पाश्चात्त्य देशात ट्रॅफिक मोडला तर पालीस लाच घेऊन कानाडोळा करणार नाही. कारण कायद्याचं भय, समाजाचं भय 'आपण सुटणार नाही' याचं भान त्याला असतं.

दंड होण्यासाठी मग आपण वळतो न्यायव्यवस्थेकडे. पण न्यायालयापुढे जे काही

येतं त्यावरच न्यायनिवाडा करावा लागतो. कोर्टापुढे खटला उभा राहण्याआधी पोलीस स्टेशनवरच त्या खटल्याचं बरंवाईट भवितव्य ठरत असतं. एन.डी.पी.एस. (अमली पदार्थ प्रतिबंध) कायद्याखाली अटक केलेले आरोपी वगळता बहुसंख्य मंडळी बेलवर किंवा पेरोलवर सुटतात. कित्येकदा त्याच्यावर खटला उभा राहतो. साक्षीदार कुठे जातात, त्याचं काय होतं याचा पत्ता लागत नाही. ९० दिवसांच्या आत चार्जशीट फाईल करावी लागते. ती केली नाही तर बेल मिळतो. एखादी व्यक्ती मोकळी व्हावी असं ठरलं आणि चार्जशीट फाईलच केली नाही तर ती व्यक्ती केवढीही मोठी गुन्हेगार असो, ती बेलवर बाहेर पडू शकते. खटल्याच्या ८०% नाड्या पोलिसांच्या हाती असतात.

पुढे न्यायालयीन पातळीवरही भ्रष्टाचार होऊ शकतो. अगदी न्यायालयीन कर्मचारी सुद्धा इकडे स्वत: भ्रष्टाचार करून संध्याकाळी घरी गेल्यावर राजकारण्यांच्या भ्रष्टाचारावर बोलायला मोकळे होतात. माणसात असलेल्या अकाऊंटेबिलिटीनुसार विवेकबुद्धीने बऱ्यावाईटाचा निर्णय करून वागणं, आपल्या कृत्याची जबाबदारी आपण घेणं हा

संस्कार असण्यावर, सामाजिक नीतिमत्ता अवलंबून असते. त्यानुसार त्या समाजात भ्रष्टाचाराची पातळी असते. ॲडमिनिस्ट्रेशन लॉ वर ॲथॉरिटी असणारे प्रो. वेड मुंबईत आले असताना त्यांना इंग्लंडमधल्या न्यायालयीन भ्रष्टाचाराबद्दल विचारलं तेव्हा ते म्हणाले, ‘‘गेल्या १२५ वर्षांत ब्रिटिश न्यायालयाविरुद्ध भ्रष्टाचाराचा साधा आरोपही झालेला नाही. प्रत्यक्ष हकीकत तर दूरच!’’

आपण म्हणतो आपला समाज भौतिकतेकडे झुकतो आहे. हा पाश्चात्त्यांचा प्रभाव आहे. त्यामुळे भ्रष्टाचार चालू झाला. तसं असतं तर तिकडे भ्रष्टाचार अधिक व्हायला हवा होता. आपल्याकडे न्यायमूर्तींचे पगार खूप कमी असतात. त्यासंदर्भातही तक्रार होते. या बाबतीत प्रा. वेड म्हणतात, ‘‘हे वकील ज्येष्ठ श्रेष्ठ असतात. त्यांचं सरासरी उत्पन्न वर्षाकाठी ५ लाख पौंड असत. जेव्हा त्यांना न्यायमूर्तींचं पद घेण्याची विनंती करण्यात येते तेव्हा ते तो स्वत:चा सन्मान समजतात. त्या पदाला नकार देत नाहीत. एकदा न्यायमूर्ती झाल्यावर त्यांना वर्षाला ६५ हजार पौंड मिळू लागतात. पूर्वीच्या ५ लाखांच्या तुलनेत उत्पन्न केवढं तरी कमी होतं. पण तरीही कायदा पातळीवर अजिबात भ्रष्टाचार होत नाही.

प्रत्येकाला कायद्याचा धाक हवा तसा आपल्याकडे नाही. ही वस्तुस्थिती आपण मान्य करायला हवी. सामान्यत: कोणत्याही शिक्षेत तीन तत्त्वे असतात. जशास तसे हा एक भाग झाला. म्हणजे प्राणाच्या बदली प्राण किंवा दगडांनी ठेचणं, हात तोडणं वगैरे. दुसरा भाग म्हणजे अनैतिक गुन्हेगारी कृत्यांपासून रोखणं यात शिक्षा सज्जड असली पाहिजे. ती पाहून इतरांना धाक वाटायला हवा. तिसरा भाग सुधारणेच असतो.

गेल्या पाच-सहा दशकांत व्यक्तिस्वातंत्र्य, डाव्यांचा प्रभाव यातून पहिला भाग नाहीसा झाला. शारीरिक दंड नाहीच. धाक वाटेल अशी शिक्षाही नाही. भर सुधारणेवरच आहे. पण अतिनिर्ढावलेले गुन्हेगार पुन:पुन्हा त्याच वाटेला वळतात. इतरांसमोर आपला ‘असा आदर्श’ उभा करतात. तेव्हा शिक्षा संतुलित हवी. सुधारणेबरोबर धाक हवा. मृत्युदंड नको म्हणता म्हणता आता विचार दुसऱ्या टोकाकडे गेले असून हिंसक, क्रूर गुन्हेगारांना जन्मठेपेऐवजी मृत्युदंड हवा असे लोकांना वाटू लागले आहे.

पूर्वी आपल्याकडे इंडियन पिनलकोड प्रमाणे खून शाबीत झाला तर मृत्युदंड हीच शिक्षा असे. जन्मठेपेची शिक्षा अपवादात्मक असे आणि ती दिली तर न्यायमूर्तींना कारणे द्यावी लागत. न्या. खारेघाटांनी मात्र हे उलट करण्याविषयी सुचवलं कारण त्यांच्या बाबतीत असं घडलं की एक-दोन केसेसमध्ये गुन्हेगार फाशी गेल्यानंतर त्याने तो गुन्हा केलाच नव्हता असे साक्षी पुरावे आले. फाशी गेलेल्या माणसाचं आयुष्य परत

देता येत नव्हतं. तेव्हा खारेघाटांनी सुचवलं की खुनाला जन्मठेप ही शिक्षा हवी आणि मृत्युदंड द्यायचा तर न्यायमूर्तींनी कारणे द्यावीत.

पण त्यावेळी न्या. खारेघाटाचं म्हणण मानलं गेलं नाही. त्यांनी तेव्हा राजीनामा दिला होता. बऱ्याच वर्षांनंतर १९७४ च्या नंतर न्या. खारेघाटांच्या सूचनेप्रमाणे कायदा आपल्या संसदेने केला.

कालांतराने बाचनसिंगच्या खटल्यात सर्वोच्च न्यायालयाने त्यात आणखी भर टाकली आणि म्हटलं, 'मृत्युदंड हा अगदी पराकोटीच्या अपवादात्मक गुन्ह्यात द्यावा. हा पराकोटीचा अपवाद (रेअरेस्ट ऑफ द रेअर केस) म्हणजे थंड डोक्याने खुनाची योजना आखून अत्यंत क्रूरपणे खून केला असेल तर!

न्याय तर मिळायला हवा. निर्दोष माणूस प्राणाला मुकता कामा नये. पण कायद्याचा धाकही हवा. पोलीस पातळीवर, न्यायालय पातळीवर भ्रष्टाचार घडतो तसा वकिलांच्या पातळीवरही घडतो. पण एक लक्षात घ्यायला हवं की आपल्या समाजात आर्थिक यशस्विता हाच प्रतिष्ठेचा मानदंड असतो. दुसरे असे की नोकरी करणाऱ्याला सेवा ज्येष्ठतेनुसार बढत्या मिळतात. वकिलाला गुणवत्ता सिद्ध करावी लागते. ही गुणवत्ता सगळ्यांमध्ये असतेच असं नाही. काही पोटापाण्यासाठी येतात. मिळालेले खटले स्वीकारतात. भाकरीचा प्रश्न आधी सोडवावा लागतो.

वकील गुन्हेगारांचे खटले घेतात. खऱ्याचं खोटं करतात असा आरोप असतो तेव्हा लक्षात घ्यायला हवं की वकील स्वत: बारा आण्याचा रुपया आपल्या बुद्धीमत्तेवर करतो. पण गुन्हा ढळढळीत असेल तर मात्र त्याचं चालत नाही. असे आरोपी वकिलामुळे नव्हे तर मधल्या काळात साक्षीपुरावे नष्ट झाल्याने सुटतात. मधल्या काळात भ्रष्टाचार झाला, दहशत पसरली तर गुन्हेगार सुटतात. तिथे वकिलाचं कसब नसतं. खोट्याचं खरं किती प्रमाणात करणार?

१८६० साली तयार झालेले इंडियन पीनल कोड इतकं सुंदर आहे की त्यात शोधून सुद्धा पळवाटा सापडणार नाहीत. आजही त्यात कानामात्रा वेलांटीचा फरक करण्याची गरज नाही.

आपल्याकडे प्रश्न येतो तो फक्त अंमलबजावणीचा.

मुळात खटला उभा राहायलाच वेळ लागतो. न्यायमूर्तींच्या जागा भरलेल्या नसतात. दरवर्षी १०००० च्या आसपास खटले उभे राहतात. शेवटी माणसाच्या शक्तीला मर्यादा असतात. आता आहेत त्याहून कितीतरी पट न्यायालये वाढायला हवीत. तरीही आपले न्यायमूर्ती तिप्पट अधिक काम करतात असं म्हणायला हवं. गुन्हेगार उजळ माथ्याने फिरतो ते कायद्यात किंवा न्यायव्यवस्थेत दोष आहेत म्हणून नव्हे तर अंमलबजावणी

वेळेवर होत नाही म्हणून किंवा भ्रष्टाचार विकृत स्वरूपात होतो म्हणून हा एक भाग आणि समाजाच्या चारित्र्याची पातळी घसरली आहे, अकाऊंटेबिलिटी उरलेली नाही, न्यायनीतीची चाड नाही हा दुसरा भाग.

इलाज दोन्हींवर होऊ शकतात. अंमलबजावणी आणि नीतिमत्ता, सामाजिक चारित्र्य दोन्ही सुधारायला हवं. पण आपला निश्चय किती आहे त्यावर ते सर्व अवलंबून राहील.

– ॲड. किशोर जावळे

■

ॲड्. किशोर जावळे

- बी.ए.(ऑ.) व एल्.एल्.बी. पदवी मिळविल्यानंतर गेली २८ वर्षे मुंबई हायकोर्टात वकिली करीत आहेत. कायदेविषयक सखोल अभ्यास असून विविध चर्चासत्रांमधे ॲड्. जावळे यांनी अभ्यासपूर्ण निबंध सादर केले आहेत. अनेक वर्तमानपत्रांमधे लेख लिहिले आहेत.
- मुंबई शहरात न्यायदानाचा ऐतिहासिक विकास, 'राज्य' विषयाची मार्क्सिस्ट संकल्पना, भारतीय राज्यघटना व धर्मनिरपेक्षता, असे कायदा व समाजव्यवस्थे-संदर्भातील अनेक अभ्यासपूर्ण निबंध चर्चासत्रांमधे सादर केले. अनेक व्याख्याने दिली. भारतीय घटना व कायदेविषयक जाणीव जागृतीचे कार्य सुरू.

पत्ता : साईप्रसाद अपार्टमेंट, तळमजला व पहिला मजला,
दयाळदास रोड, ऑफ नेहरू रोड, जयश्री हॉटेलच्या बाजूस,
विलेपार्ले पूर्व, मुंबई – ४०००५७.
फोन : २६१२७१७६

बोलक्या प्रतिक्रिया

हिंसाचाराला बळी पडलेल्यांची मानसिकता वास्तविक काय असते हे प्रत्यक्ष लोकांशी बोलून पडताळा घेऊन पाहावा म्हणून श्रीमती प्रतिमा हवालदार यांच्या सूचनेनुसार आम्ही तीन प्रश्न काही व्यक्तींना विचारले. हा गट लहान होता. पण त्यात कॉलेज कुमारिका, झोपडपट्टीतील मुले, मुली, रिमांड होममध्ये दिवस काढलेल्या काही स्त्रिया, वृद्ध स्त्रिया, तरुण मुले, गृहिणी, शाळेत जाणारी मुले, सुखवस्तू घरातील स्त्रिया व मुली असे अनेक थरातील लोक समाविष्ट होते. या मंडळींची नावे व ओळख गुप्त राखण्याच्या अटीवर उत्तरे व प्रतिक्रिया मिळाल्या. त्या प्रतिक्रिया पुरेशा बोलक्या वाटल्या. या परिसंवादात तज्ज्ञांइतकंच सर्वसामान्य माणसांचे प्रत्यक्ष अनुभव महत्त्वाचे ठरावेत. या प्रतिक्रियांचे संकलन मांडत आहे.

प्रश्न असे होते –

तुमच्या व्यावसायिक किंवा खासगी आयुष्यात एखाद्या हिंसक कृत्याचा सामना करण्याचा किंवा बघण्याचा प्रसंग तुमच्यावर कधी आला आहे का? त्या वेळी तुम्हाला कशाची मदत झाली असती? किंवा तुम्ही मदत करू शकला असता असं तुम्हाला वाटतं आणि हिंसा होते त्यावेळी किंवा बघतेवेळी तुमच्या मनात काय भावना होत्या, शारीरिक प्रतिक्रिया काय झाली?

काही विशेष उत्तरे अशी आहेत, ''आमच्यावर असा प्रसंग आला नाही. पण इतरांकडून ऐकलं तेव्हा सुद्धा अंगावर काटा आला, भीती वाटली. आपल्या मुलांबद्दल काळजी वाटली. सगळ्यांनी संघटितपणे वागायला हवं, गुन्हेगारीला आळा घालायला हवा, कायदा व सुव्यवस्थेचा बोजवारा उडालाय.'' अशा तऱ्हेच्या सर्वसाधारण प्रतिक्रिया

काही मंडळींनी दिल्या. बलात्काराच्या, मारहाणीच्या घटनांविषयी अनेकांनी सांगितलं पण क्रूरपणे बोलणं, शब्दांनी डिवचणं, लैंगिक छळ या तऱ्हेच्या मानसिक हिंसाचाराची मात्र कुणीच दखल घेतलेली दिसली नाही. शारीरिक हिंसेपलीकडे मानसिक स्तरावर हिंसा असते असा आपला सामाजिक संकेत नाही का? असं वाटलं.

एखाद्या हिंसक कृत्याला जेव्हा तुम्ही बळी पडलात किंवा एखादी व्यक्ती बळी पडताना पाहिलीत तेव्हा तुम्हाला कशाची मदत झाली असती किंवा तुम्ही काय मदत करू शकला असता ? या प्रश्नाला इतर माणसांनी मदत करायला हवी. एकमेकांच्या रक्षणाला सामान्य माणसांनी एकजूट करायला हवी. आम्ही स्वत: अशा प्रसंगी जायला हवं होतं पण धीर झाला नाही असं उत्तरही बऱ्याच जणांनी दिलं. गाडीतल्या माणसांनी खिसेकापूला पकडले. लोक इतके बेभान झाले होते की पोलिसांनाही आवरेनात. त्या माणसाला त्यांनी अर्धमेला केला. अंगावर काटा आला. भीती वाटली. स्तंभितपणा आला. पण हे सगळं मदतीपलीकडलं होतं. जमाव बेकाबू होता. ओरडावसं वाटलं पण तोंड उघडेना. एकजण नोंदवते की दारू पिऊन एका माणसाने एका बाईला केस धरून रस्त्यावर आणली. तिला रक्ताळेपर्यंत मारत होता. तो अनावर झाला होता. पोलिसांना बोलावले पण मध्ये पडण्याचं धैर्य झालं नाही. मागून असं वाटलं की त्या बाईच्या मदतीला जायला हवं होतं. एकानं धीर केला की इतर चारजण आपोआप सरसावतात.

वडिलांनी एकदा खोटं बोलल्याबद्दल पट्ट्यानं फोडून काढल्याचं एका मुलानं नोंदवलं आहे. तो म्हणाला, पुढे दोन दिवस अंगात शर्ट घालू शकत नव्हतो. पण शरीरावरील वणांपेक्षा इतरांनी केलेली विचारपूस त्रासदायक होती. वडिलांकडून पट्टा खेचून फेकून द्यावासा वाटला. जेवण नीट करत नसल्याबद्दल वडिलांनी आईला ताट फेकून मारलं. गरम आमटी तिच्या अंगावर फेकली. हातापायाला थरथर सुटली. राग आला. वडिलांवर ताट फेकावंसं वाटलं, पण काही करू शकलो नाही. नंतर मी खूप रडलो.

मुलगा गर्दच्या आहारी गेला होता. डी ॲडिक्शन सेंटरमध्ये ॲड्मिट केला. पळून आला. पैसे चोरताना पाहिलं. एकदम हताश वाटलं. संताप आला. मी ओरडल्यावर त्यानं माझ्यावरच हल्ला केला. माझं हाड मोडलं. त्याच्या डोळ्यात उतरून आलेल्या संतापाची मला भीती वाटली. अंग ठणकत होतं. पण इतरांना मदतीला कसं बोलावणार? या संदर्भात सर्वांनी एकमेकांना मदत करायला हवी. कुणाचा मुलगा गैर वागतो आहे, वाईट सवय लागते आहे असं लक्षात आलं तर मला काय त्याचं? असं म्हणून किंवा संकोच करून दूर राहता कामा नये. मुलाच्या बाबतीत आम्ही कुठे कमी पडलो हे अजून आम्हाला कळत नाही.

दुसऱ्या पोलीटिकल पार्टीच्या माणसाशी संतापानं मारामारी झाल्याचं एकानं नोंदवलं आहे. त्याक्षणी डोक्यात खून उतरून आला होता. पण संयम हवा. दुसऱ्याचं ऐकून घ्यायला हवं हे त्यानं कबूल केलं. मुंबईत बाँबस्फोटानंतर दंगल उसळली होती तेव्हा

वस्तीत शिरून नंग्या तलवारीनं मुंडकं उडवलेलं पाहिलं. ते आठवलं की तोंडाला कोरड पडते. हातापायाला मुंग्या येतात. आजही वाईट स्वप्नं पडतात. हे असं का? कशासाठी झालं? हे प्रश्न सतावतात.

मोठा मुलगा आणि धाकटा मुलगा खूप चिडून भांडत होते. मी मध्ये पडले तेव्हा मला बाजूला ढकलून त्यांनी एकमेकांना इतकं मारलं की त्याचे वण हातापायावर उमटले. मी ओरडत राहिले. डोळ्यांतून पाणी गळत होतं. ही बेभान झालेली मुलं माझीच आहेत का यावर विश्वास बसत नव्हता. त्यांचे वडील आल्यावर मुलं गप्प झाली. शेवटी शारीरिक बळ आणि धाक यांचाच उपयोग होतो का असं वाटलं.

शेजारच्या घरातील सून जळून मेली. ते अंगावर शहारे आणणारं दृश्य होतं. त्यांच्या घरात भांडणं व्हायची पण सुनेनं कधी आमच्याकडे तक्रार केलेली नव्हती. तिला जाळून मारलं अशी तक्रार तिच्या आई-वडिलांनी केली. जिवाची कालवाकालव झाली. आम्ही ऐकत होतो. पण तेव्हा मध्ये कसं पडणार हा विचार आला होता. कदाचित आमच्या मध्ये पडण्याचा फायदा झाला नसता पण आम्ही काही हालचाल करायला हवी होती, असं राहून राहून वाटतं. शेजारच्या सुनेचा / म्हाताऱ्या माणसांचा / पोरांचा शारीरिक छळ / दारू पिऊन मारहाण याची नोंद अनेकांनी केली आहे. पण समजावून सांगून कुणी दाद देत नाही की सुधारत नाही, असं बऱ्याचजणांनी सांगितलं. एकानं म्हटलं की वस्तीत पांडुरंगशास्त्रींचा स्वाध्याय सुरू केला तर शांती होईल. गल्लीत मारामाऱ्या नेहमीच्याच. अगदी सोडावॉटरच्या बाटल्या फेकून होतात. स्वत:ला वाचविणं एवढंच हाती असते. साध्या गोष्टीवरून नाक्यावर बाचाबाची होते. कंटाळा येतो. पण वस्ती सोडून या मुंबईत दुसरीकडे खोली घेणंही दुरापास्त आहे.

एक मुलगा तर म्हणतो की साध्या मारामाऱ्या, नवऱ्यानं बायकोला मारणं किंवा भांडणं म्हणजे हिंसा वाटत नाही. एक पंजाबी गृहस्थ म्हणतात, आम्ही फाळणीच्या वेळी घरदार सोडून पळून आलो. त्यावेळी इतके अतर्क्य हिंसाचार पाहिले आहेत की त्याचे घाव आम्ही मरेपर्यंत भरून येणार नाहीत. ज्या गाडीने आम्ही प्रवास केला ते सारे वातावरण दहशतीने भरलेले होते. त्यातल्या बायकांची कत्तल झाली. बलात्कार केले. मुलांना आपटून नदीत फेकले. तेव्हा मनात सूड धगधगत होता. रडू येत होतं. आपण लपून प्रवास करत असल्याबद्दल नपुंसकासारखं वाटत होतं. आता इतक्या वर्षांनंतर सुद्धा त्याबद्दल दु:ख आणि वेदना मनात येतात.

शाळेच्या गटांमध्ये मारामारी होणं, लोकलला आग लावणं, दगडफेक, गाडीत सुरा दाखवून लुटल्याच्या घटना इत्यादी किरकोळ हिंसाचार कित्येकांनी नोंदविले. थोड्या मुलींनी / स्त्रियांनी बलात्काराबद्दल कबुली दिली. पण घरातल्याच मंडळींनीच केलेल्या बलात्काराबद्दल काय किंवा इतरांनी केल्याबद्दल काय, हताशपणाच आढळला. काही गोष्टी अंगावर काटा आणणाऱ्या होत्या पण त्या न नोंदविण्याविषयी सांगितले

गेले. आपणा सर्वांपुढे हे सर्व मांडण्याचा उद्देश एवढाच की आपण या दिशेने विचार करावा. विचारमंथन व्हावं. चुका शोधाव्यात. त्यांची दुरुस्ती व्हावी. हिंसक वृत्तीला आळा घालणारे उपचार शोधावेत. त्यांची वैयक्तिक किंवा सार्वजनिक अंमलबजावणी करण्याचे निदान प्रयत्न तरी व्हावेत.

■

हिंसेबद्दलची आपली गृहीत मते

हिंसेबद्दल आपल्या मनात कांही गृहीत मते पक्की असतात. ती तपासून बघणे गरजेचे आहे.

(१) पुरुषांच्या तुलनेत स्त्रियांना हिंसक वृत्तीपासून जास्त धोका असतो हे पूर्णांशाने ग्राह्य धरता येईल का? सामान्यत: बऱ्याच संस्कृतींमध्ये स्त्रियांची शारीरिक दुर्बलता लक्षात घेऊन स्त्रीदाक्षिण्याचे मूल्य समाजात प्रचलित केलेले असते.

एखाद्या बससाठी क्यू असेल आणि क्यू मोडून एखादा पुरुष पुढे घुसला तर मारामारी, कॉलर खेचणे वगैरे प्रकार घडतात. स्त्री अशा तऱ्हेने पुढे शिरली तर दुर्लक्ष करण्याची प्रवृत्ती असते. स्त्रियांच्या विनंतीवरून त्यांना पुढेही जाऊ दिले जाते. मात्र जमावाच्या तावडीत, व्यसनी किंवा लिंगपिसाटांच्या तावडीत स्त्री सापडली तर तिची खैरियत नसते. पण या मंडळींकडून जितका स्त्रीला धोका असतो, तितकाच पुरुषालाही असतो. जमावाच्या तावडीत सापडलेल्या चोरांना मरेपर्यंत मारल्याच्या हकीकती टीव्हीवरून आपण बऱ्याचदा बघतो. बेभान जमावाच्या अंगी विवेकशक्ती नसल्याने स्त्री-पुरुष भेद होत नाही.

घरगुती हिंसाचारात मात्र पुरुषांच्या तुलनेत स्त्रिया आणि लहान मुले यांना अधिक धोका असतो. कुटुंबातील स्त्रिया बऱ्याच वेळा मारहाण सहन करीत जगत असतात. हुंड्याविरुद्ध कायदे होऊनही आजसुद्धा हुंड्याच्या लोभापायी स्त्रियांना मारहाण सहन करावी लागल्यापासून जीव गमावण्यापर्यंतच्या हकीकती आपण नित्यनेमाने ऐकत असतो. याखेरीज कामाच्या ठिकाणी स्त्रियांना लैंगिक सतावणुकीला तोंड द्यावे लागते, तो मानसिक, कधीकधी शारीरिक पातळीवरील हिंसाचार असतो. त्याला तोंड देऊन प्रतिकार करण्यासाठी जी मानसिक कणखरता लागते ती हळूहळू स्त्रियांच्या अंगी येत आहे.

(२) तरुणांच्या तुलनेत वृद्धांना हिंसेचा तडाखा अधिक बसतो, हे गृहीतही आपल्या देशांतील सांस्कृतिक मूल्ये लक्षात घेता पूर्णांशाने ग्राह्य धरता येत नाही. चोरी, घरफोडी, दरोडा या प्रसंगामध्ये पुष्कळदा वृद्ध सापडलेले असतात. कारण ते काही वेळा एकटेच घरी असतात. बॅगा पळवणे, खिसे कापणे, मारामाऱ्या, दोन जमावांमधील एकमेकांवरचे हल्ले अशा तऱ्हेच्या घटनांमध्ये तरुण अधिक सापडतात. म्हाताऱ्या माणसांची टिंगल होणे वा त्यांच्याकडे करुणार्द्रतेने बघणे अशा प्रतिक्रिया अधिक असतात.

(३) महानगरांमधील बहुतांशी लोक रस्त्यावर हिंसक वृत्तीला बळी न पडता निर्भयपणे फिरू शकतात; बेफिकीर राहू शकतात; हे गृहीत मुंबईच्या लोकल प्रवाशांनी व दिल्लीच्या बस प्रवाशांनी मोडीत काढले आहे. दहशतवाद्यांनी बस आणि लोकलवर केलेले हल्ले, रस्त्यांवर उभ्या असलेल्या वाहनांमधील बॉंबस्फोट, रेल्वे स्टेशनमधील गोळीबार हे सर्व महानगरवासी केव्हाही विसरू शकणार नाहीत. एरवीही लोकलमध्ये सुरे रोखून लूट, बस वा लोकलमध्ये स्त्रियांवर बलात्कार हे प्रकारही घडत आहेत. महानगरांमध्ये हिंसा केव्हाही उसळू शकते आणि स्त्रीवर अत्याचारही घडत राहतात.

(४) पर्स चोरी करणारे बहुधा सावजाला इजा करून पर्स पळवतात. हे गृहीत तपासतांना असे आढळले की, इजा करणे हे चोराचे उद्दिष्ट नसते. इजा न करता पर्स मिळाली तर ठीक, पण सावजाने प्रतिकार केला तर कमीतकमी हिंसा करून चोरीच्या मालासकट पळ काढण्याकडे कल असतो.

(५) कारपेक्षा कारमधील वस्तू, वैयक्तिक मालमत्ता लुटली जाते. हे गृहीतही तितकेसे बरोबर नाही. कार पळवून अवैध कृत्ये, खून करण्याकडे प्रवृत्ती असते. २६ नोव्हेंबर २००८ ला मुंबईत झालेल्या दहशतवाद्यांच्या हल्ल्यात पोलीस अधिकाऱ्यांना ठार करून त्यांची कार दहशतवाद्यांनी वापरली होती. गाड्या पळवून त्यांचे स्पेअर पार्ट विकणे, भंगार मालात गाडी देणे यासाठीही कार पळविल्या जातात.

(६) हिंसक वृत्ती बहुतांशी स्वयंस्फूर्त असते. ठराविक वेळी राग, संताप, वैफल्य इत्यादी कारणांनी हिंसेचा स्फोट होतो असे गृहीत मानण्याकडे आपला कल असतो. हे गृहीतही दहशतवाद्यांनी मोडीत काढले आहे. नियोजनबद्ध, बुद्धीचा, तंत्रज्ञानाचा वापर करून क्रूर हिंसा आणि रक्तपात घडवून आणला जाऊ लागला आहे. त्यासाठी प्रशिक्षणही दिले जाते. या खेरीज हिंसेची इतकी अनेकविध कारणे आणि उद्दिष्टे असतात की त्यांच्यावरूनही निष्कर्ष काढणे कठीण होते.

(७) चोरी, दरोडे इत्यादी आणि त्या अनुषंगाने होणारी हिंसा टाळण्यासाठी अलार्म कुलपे, वॉचमनचे संरक्षण वगैरे फुलप्रूफ असते हे गृहीतही कालबाह्य आहे. रोजच्या उदाहरणावरून आपण ते बघतोच. कित्येकदा नातेवाईक, घरातील व्यक्ती, नोकर वगैरे चोरी करून, घरातील माणसांची हत्या करून फरार होतात.

(८) शारीरिक इजा म्हणजे हिंसा हे समीकरणही योग्य नाही. मानसिक स्तरावर

अत्यंतिक छळवणूक ही हिंसाच असते. ह्या छळामुळे कित्येक जण आत्महत्येला प्रवृत्त होतात.

(९) 'हिंसक वृत्तीला बळी पडणारे इतर लोक असतात, आपण नाही.' असा गोड गैरसमज अनेक लोक बाळगतात. आम्ही कुणाचं घोडं मारलं नाही. आमचं कुणी का वाकडं करावं ? हा समज किती चुकीचा आहे ते हरघडी निष्पाप लोक अनेक कारणांनी हिंसेचा बळी ठरतात त्यावरून कळतं.

(१०) हिंसक वृत्ती घराण्यात, रक्तात असते हे गृहीतही मानसशास्त्रज्ञांनी, समाजशास्त्रज्ञांनी वारंवार तपासून त्यातील फोलपणा सिद्ध केला आहे.

■

पोलीस यंत्रणा आणि हिंसाचार

समाजात हिंसाचार वाढला किंवा कमी झाला तरी त्याबद्दल पोलिसांना आणि पोलीस यंत्रणेला दोषी धरले जाते किंवा त्यांचे कौतुक केले जाते. परंतु खोलात जाऊन कायद्याचे अगर भारतातील वस्तुस्थितीचे निकष लावले तर समाजातील हिंसाचार वाढण्यात वा शांतता राहण्यात पोलीस व निमलष्करी यंत्रणेचा खरा सहभाग ५० टक्क्यांहून कमीच असतो. अधिकांशाने दोषाचे अगर कौतुकाचे मानकरी असतात देशातील प्रचलित कायदेकानून, शासन चालविणारे राजकीय पुढारी व सनदी नोकर आणि न्यायव्यवस्था व समाजातील काही घटक. पोलीस शिपाई हा रस्त्यावर दिसणारा शासनाचा प्रतिनिधी असतो. तो अखंड कार्यरत, मारणारा अगर तारणारा असा शासनाचा हात असतो हे खरे; परंतु कर्त्या करवित्या, अदृश्य शक्ती पडद्याआड असतात. त्या सामान्य जनतेला, वृत्तपत्रांना, पोलिसांना सदैव दोष देणाऱ्या इतर काही सामाजिक घटकांना दिसत नाहीत. "Police is the flogging horse in the society." त्याला सदैव बसता लाथ व उठता बुक्कीच मिळते.

मी पोलीस कमिनशनर असताना (१९८१) न्यूयॉर्क शहराच्या पोलीस आयुक्ताने मुंबईस अनौपचारिक सदिच्छा भेट दिली होती. भारत सरकारने असे सुचविलं की, "त्यांना खास अतिथी म्हणून मान द्यावा व मुंबई शहराच्या पोलीस, न्याय व जेल व्यवस्थांची माहिती द्यावी." मी न्यूयॉर्कला भारताच्या पंतप्रधानांबरोबर गेलो होतो. तेव्हा याच कुशल व प्रसिद्ध अधिकाऱ्याने मला उत्साहाने मदत केली होती. न्यूयॉर्कसारख्या विशाल शहराचे पोलीस खाते, न्यायपद्धती व तुरुंग यासंबंधी तपशीलवार माहिती पुरविली होती. माझ्याबरोबर स्वत: ठिकठिकाणी फिरले होते आणि वाचनयोग्य साहित्यही दिले होते.

हे अमेरिकन अधिकारी ज्या दिवशी दिल्लीहून विमानाने मुंबईला आले, त्या रात्री मी त्यांना खास मेजवानी दिली. रात्री १२.३०च्या सुमारास ते म्हणाले,

"आपण गुपचुपपणे, गाजावाजा अजिबात न करता मुंबई शहर व उपनगरे फिरू या का? तरच इथल्या रात्रीच्या अंधारातल्या विश्वाची खरी कल्पना मला येईल."

आम्ही साध्या वेषात फक्त दोन ॲम्बेसेडर गाड्या घेऊन निघालो. त्या माझ्या नेहमीच्या लाल दिव्यांच्या, झेंडा-स्टार लावलेल्या इम्पाला शेवरलेट गाड्या नव्हत्या. उत्तरेकडे थेट कुलाब्यापासून घोडबंदर ठाणे सरहद्दीपर्यंत गल्लीबोळातून फिरलो. रेडलाईट वस्तीत सुद्धा जाऊन आलो. परत फिरायला सकाळचे ५.३० ते ६.०० वाजले. ताज हॉटेलमध्ये परत येईपर्यंत ते अमेरिकन अधिकारी फिरता फिरता सारे कौतुकाने न्याहाळत होते. बहुतेक वेळ मी त्यांना मुंबईच्या विविध भागांची माहिती सांगत होतो. त्या त्या मोहोल्ल्यांचा इतिहास, भूगोल, कायदा व सुव्यवस्था आणि प्रश्न, समस्या यांबद्दल सांगत होतो. हॉटेलवर परतल्यावर कॉफी पिताना ते सदगृहस्थ म्हणाले,

"मिस्टर मेढेकर, मला रात्री फिरताना, फारच थोड्या पोलीस पेट्रोल कार्स दिसल्या तसेच अगदी थोडे फूट पेट्रोल करणारे बॉबी पोलीस दिसले. अशा परिस्थितीत तुम्ही मुंबई कशी कंट्रोल करता बुवा? तुमचे प्रश्न व समस्या तर अनेक आहेत."

माझे उत्तर ऐकून ते पार थक्क झाले. मी म्हटलं, "एकावेळी फक्त ३५ ते ४० पेट्रोल कार गस्तीवर असतात आणि अंदाजे १००० पोलीस फक्त लाठी किंवा बॅटन घेऊन पायी गस्त घालतात." ते म्हणाले, "न्यूयॉर्क शहरात दोन ते तीन हजार गाड्या गस्त घालतात. पाच ते सहा हजार पोलीस जोडीजोडीने रिव्हॉल्व्हर्ससहित शहरभर पायी अगर वाहनातून फिरत असतात."

अगदी कमी पोलीसवाहनांच्या सहाय्याने मुंबईसारख्या अस्ताव्यस्त, अव्यवस्थित व बकाल शहराची कायदा-व्यवस्था सुरक्षित ठेवल्याबद्दल त्यांनी मुंबई पोलिसांचे मन:पूर्वक कौतुक केले. त्याचं एक वाक्य माझ्या विशेष लक्षात राहिलं. ते म्हणाले, "You are stopping a tidal wave by a bamboo curtain"

दुसऱ्या एका गोष्टीचा त्यांचा अचंबा वाटला. मुंबईत फक्त दहा टक्के पोलीस, पोलीस-ठाण्यांच्या हद्दीत राहत होते. आजही जवळ जवळ तीच स्थिती आहे. बहुसंख्य पोलीस दुरून येतात व पुष्कळदा २४ तासांहून अधिक वेळ नोकरी करतात. अमेरिकेत सर्वच पोलीसकर्मचारी ठाण्यांच्या हद्दीत राहतात, व दुचाकीने नोकरीच्या ठिकाणी जातात-येतात. त्यांचे नोकरीचे तासही ठरलेले असतात.

सांगायचे तथ्य इतकेच की भारतात शासनाने केव्हाही पोलिसांच्या मागण्या परिपूर्ण केलेल्या नाहीत. कोर्टात अनेक खटले पडून आहेत. पुष्कळदा पोलीसबळ कोर्टकचेऱ्या, कैदी-एस्कॉर्ट ड्यूटी, व्ही.आय.पी. सिक्युरिटी ड्यूटी यात गुंतलेले असतात. असे असल्यावर गुन्ह्यांच्या तपासासंबंधी काम करण्यास किंवा कायदा-सुव्यवस्था राखण्यास पुरेसे पोलीस संख्याबळ कुठून उपलब्ध होणार?

नॅशनल पोलीस कमिशनने केलेल्या शिफारशी जर २० वर्षांपूर्वीच शासनाने अंमलात

आणल्या असत्या तर आजचे वाईट दिवस दिसले नसते. तो अगदी उत्तम रिपोर्ट आहे हे सर्वश्रुतच आहे.

आज वाढत्या लोकसंख्येशी तुलना केल्यास कदाचित हिंसाचार वाढला नसेल परंतु हिंसेचे स्वरूप, त्यातले क्रौर्य, दोषी लोकांना त्वरित व पुरेशा शिक्षा न मिळण्याच्या अनेक तक्रारी आणि वाढलेला भयंकर भ्रष्टाचार यामुळे हिंसाचाराचे विक्राळ स्वरूप समोर येते आणि हिंसाचार वाढल्याचा भास म्हणजे बहुतेक राज्यकर्त्यांची व सनदी वरिष्ठ अधिकाऱ्यांची बदललेली वृत्ती!

भ्रष्टाचार, दुराचार, अन्याय चालवून घेण्याचा नवा घृणास्पद प्रवाह!

एक स्वानुभवाची गोष्ट सांगतो. मी एका गृहराज्यमंत्री महोदयांना भ्रष्टाचाराबद्दल एक तक्रार सांगितली. तो अधिकारी आणि त्याचे राजकीय समर्थक त्या मंत्र्यांच्या खास मर्जीतले व त्यांच्या जिल्ह्यातले म्हणून मी त्यांची गाठ घेतली. त्या अधिकाऱ्याबद्दल मी त्यावेळच्या लाचलुचपत खात्याच्या महासंचालकाकडे तक्रारसुद्धा केली होती. परंतु गृहमंत्र्यांच्या हस्तक्षेपामुळे व्हावी तशी सखोल चौकशी होत नव्हती. पुराव्याअभावी मी त्या अधिकाऱ्याविरुद्ध खातेनिहाय चौकशी करू शकत नव्हतो. त्या गृहराज्यमंत्र्यांचे उत्तर ऐकून मी थक्कच झालो. महोदय सहजपणे म्हणाले, पण ते शब्द आजही मला पक्के आठवतात, ''मेढेकरसाहेब, असे चालायचेच! तो अधिकारी कामात चांगला आहे. थोडाफार पैसा त्याने केला, केला अन्याय, तर आपले काय बिघडते? विनाकारण तुमचा वेळ दवडू नका. त्या अधिकाऱ्याला मी समज देईन.'' वरिष्ठांच्या अशा वृत्तीमुळे पोलिसांवरचा जनतेचा विश्वास साहजिकच ढळला आहे. अन्याय वाढत आहे अशी मंत्रीमहोदयांसारखी प्रतिक्रिया एका वर्तमानपत्रांमधून प्रसिद्धीसाठी हपापलेल्या मुंबईच्या एका माजी पोलीस आयुक्ताने व्यक्त केली तेव्हा मी माझ्या स्वभावाला सोडून त्याची कडक शब्दांत कानउघाडणी केली, रागाने त्याला सुनावले, ''...असे बिलकुल चालायचे नाही. परिस्थिती सुधारेल अशी स्टेप त्वरित घ्या.'' त्या गृहराज्यमंत्र्यांविषयी व त्या पोलीस आयुक्तांविषयी मी मुख्यमंत्र्यांकडे व राज्यपालांकडे तोंडी तक्रार केली. नंतर मात्र त्या मंत्र्यांचा हस्तक्षेप थोडाफार कमी झाला खरा; पण ते माझ्यापासून दुरावले. असे वर्तन एकदा माझ्या वेळच्या गृहसचिवाने केले होते. मला नाईलाजाने मुख्य सचिव व मुख्यमंत्र्यांकडे त्या गृहसचिवाला आळा घाला म्हणून सांगावे लागले.

अशी घृणास्पद वृत्ती बळावून पोलिसांचे मनोधैर्य त्यामुळे खच्ची होत आहे. ''जसे वरिष्ठ तसे कनिष्ठ'' ह्या म्हणीप्रमाणे ती मालिका पुढे सरकत राहते. आणखी एक धक्कादायक हकीकत सांगतो. एका फार मोठ्या मान्यवर पुढाऱ्याला (ज्याने पूर्वी महाराष्ट्राचे मुख्यमंत्रीपद व केंद्रीय मंत्रीपदही भूषविले होते) त्यांना मी महाराष्ट्रात, खास करून मुंबईत चाललेल्या भ्रष्टाचार व राजकीय हस्तक्षेपाची उदाहरणांसह माहिती दिली.

त्यांनी दिलेले उत्तर आजच्या अधोगतीचे प्रातिनिधिक आणि म्हणूनच काळजी करण्यासारखे होते. ते म्हणाले, ''मेढेकर, काळ बदलला आहे. तुमच्या वेळची परिस्थिती वेगळी होती. अशा गोष्टींकडे हल्ली थोडा कानाडोळा करावा लागतो.''

मी मनात म्हटले, ''काळ बदलला आहे म्हणून आपली नैतिक मूल्ये, आपली संस्कृती, महाराष्ट्राची अस्मिता, आपली सद्सद्विवेकबुद्धी हे बदलायला हवं का?''

अशा वेळी मला हमखास यशवंतराव चव्हाण, लालबहादूर शास्त्री, वसंतदादा पाटील व राज्यपाल एअरचीफ मार्शल लतीफ यांच्या कारकिर्दीतले ते सोनेरी स्वच्छ दिवस आठवतात.

वरची यंत्रणा भ्रष्ट असताना, राजकीय वर्तणूक भलत्या मार्गाने जात असताना, पोलिसांना दोष देऊन हिंसाचाराला ते आळा घालत नाहीत कारण ते भ्रष्ट आहेत असे म्हणण्यात काय अर्थ? मग त्यांचे मनोधैर्य कसे उंचावणार?

पोलिसांच्या कार्यात काही त्रुटी जरूर आहेत. त्यांचे वर्तन सुधारायला हवेय. सर्वसामान्य लोकांच्या पोलिसांबद्दल भयंकर गैरसमजुती आहेत. ते पोलिसांना भितात. हे योग्य नाही हे मान्य! पण पोलिसांना काही सुविधा वॉर फूटिंगवर मिळायला हव्यात त्याचा ओझरता उल्लेख करतो.

नॅशनल पोलीस कमिशनने १९५०च्या सुरुवातीस अनेक सुधारणा सुचवल्या; परंतु राजकारणी पुढाऱ्यांच्या स्वार्थामुळे म्हणा अगर गाफिलपणामुळे म्हणा त्या सर्व सनदी नोकरांच्या – मी म्हणतो, मंत्रालयातील पांढऱ्या कॉलरच्या बाबूंच्या प्रशस्त वातानुकूलित दालनात असली–नसलेली धूळ व सिगारेटची राख खात अजून पडून आहेत. राजीव गांधींनी थोडाफार स्तुत्य प्रयत्न केला परंतु काही वरिष्ठ सनदी नोकरांच्या व काही मुख्यमंत्र्यांच्या 'भलत्या' निग्रही वृत्तीमुळे त्या अंमलात येऊ शकल्या नाहीत.

पोलिसांना पुष्कळच नवे अधिकार व नव्या जबाबदाऱ्या देणे आवश्यक आहे. आर्थिक बाबतीत जास्त अधिकार हवेत. आज जिल्ह्यामधे जिल्हाधिकारी – कलेक्टर कम जिल्हा मॅजिस्ट्रेट हा कायदा–सुव्यवस्थेवर नियंत्रण ठेवणारा कायदेशीर सर्वेसर्वा आहे. पण तो जबाबदारी हवी तशी घेत नाही. बळी पडतो तो कार्य करणारा व परिस्थितीला निर्भीडपणे सामोरा जाणारा जिल्हा पोलीस अधीक्षकच! तसेच राज्यपातळीवर गृहसचिव हा राज्यशासनाचा पोलिसी कामविषयक मुख्य सल्लागार. परंतु सर्व बाबतीत पोलीस महासंचालक किंवा पोलीस आयुक्तालाच जबाबदार धरले जाते. ही परिस्थिती शक्य तेवढी लवकर बदलायला हवी.

पोलिसांची कार्यक्षमता वाढवायची असल्यास प्रथम त्यांना पुरेसे मनुष्यबळ हवे. ती निवड करताना कार्यक्षमतेवर विशेष भर हवा. 'आरक्षण भरतीच्या वेळी हवे, बढतीच्या वेळी नको' हा सर्वोच्च न्यायालयाचा निकालही राज्यकर्त्यांनी स्वार्थापोटी दुर्लक्षित करू नये. पोलिसांना, नोकरीत असताना विश्रांतीसाठी जाण्याची, दर पाच वर्षांनी तरी उच्च प्रशिक्षणास जाण्याची, उत्तम वैद्यकीय सवलतींची, निवृत्त झाल्यावर चांगल्या घराची, मुलाबाळांच्या शिक्षणाची, नोकरीत असताना कामाच्या जवळपास राहत्या घराची उत्तम सोय हवी. (जी आज फक्त ३० टक्के पोलिसांना उपलब्ध आहे.) नोकरीत असताना उच्च शिक्षणासाठी परदेशी जाण्याच्या अनेक संधी उपलब्ध होतात. पण जातात कोण? तर आय.ए.एस. अधिकारी! हा कोणता न्याय?

माझ्या सुदैवाने मला आय.बी.चे प्रसिद्ध संचालक श्री. बी. एन. मलिक यांच्यासारखे उत्तम वरिष्ठ लाभले. त्यांच्यामुळे मला उच्चशिक्षणासाठी परदेशगमनाची संधी चार–पाच वेळा मिळाली. माझा दृष्टिकोन बदलला. वृत्ती व विचार बदललेले. नव्या वाटा दिसल्या. नव्या दिशेने काम करण्याचा उत्साह आला.

पोलिसांकडची सामग्री अगदीच अपुरी असते. गुंडांकडे अत्यानुधिक सुसज्ज शस्त्रे असतात. शंभर टक्के पोलीस अधिकाऱ्यांकडे दुचाकी वा चारचाकी वाहनं व आधुनिक शस्त्रे हवीत. तंग परिस्थितीत जेव्हा दिवसच्या दिवस घरी जाण्यास मिळत नाही, तेव्हा खाण्यापिण्याची, विश्रांतीची सोय हवी. या फारशा खर्चाच्या बाबी नव्हेत, पण त्यासाठी राजकीय इच्छाशक्ती हवी. पोलिसांचे पगार व इतर सुविधा, संरक्षण सेवेनुसार हव्यात. आज पोलिसाला पोस्टमनएवढा पगार मिळतो. आहे की नाही गंमत?

स्वातंत्र्य मिळाल्यापासून दरवर्षी काम करीत असताना मृत्युमुखी पडणाऱ्या पोलिसांची संख्या, त्याच काळात लष्करातल्या शहीद होणाऱ्या जवानांपेक्षा कैक पटींनी अधिक आहे. पोलिसांची नोकरी म्हणजे खरोखर वर्षातले १२ महिने २४ तास चटका लावणारी गरम सुळावरची पोळी! मी हे प्रत्यक्ष अनुभवलेलं आहे. ३५ वर्षांहून अधिक काळाच्या नोकरीत मी फक्त ४–५ महिनेच सुट्टी घेऊ शकलो. ती सुद्धा मला हवी तेव्हा नव्हे! घराकडे लक्ष नाही. मुलांच्या शिक्षणाची आबाळ, अतोनात खर्च, या अडचणी

असूनही सामान्य नागरिकांच्या रक्षणाचे कार्य प्राणपणाने बजावले. कामाला अधिक वेळ आणि महत्त्व देत असल्याने मी माझ्या आईच्या अंत्यदर्शनालासुद्धा घरी येऊ शकलो नाही! सर्वसामान्य पोलीस असाच धडपडत असतो. हिंसाचाराला आळा घालताना तो जीवाची पर्वा करीत नाही. अहोरात्र काम करतो. घरचा विचार त्यावेळी त्याच्या डोक्यात नसतो. शेवटी तोही माणूस आहे. कधी त्याच्या हातून चुका झाल्या तर त्यावरच बोट ठेवणं योग्य आहे का?

मी पोलिसांची परिस्थिती बदलायला अथक परिश्रम घेतले. त्यामानाने फारच थोडे यश पदरी पडले. पोलीस कर्मचारी समाधानी नाही म्हणून तो हवा तेवढा विश्वासू व आदर्श सेवक नाही. त्याच्या अंगी आत्मविश्वासाचा अभाव आहे. याला जबाबदार कोण?

कायदा-सुव्यवस्थेचा खर्च अजूनसुद्धा डेव्हलपमेंट बजेट किंवा पंचवार्षिक योजनांतर्गत सुधारणांच्या जमाखर्चात नाही. गेल्या ५० वर्षांत इतर खात्यांवरील खर्च शंभर पटींनी वाढला पण पोलीस यंत्रणा तशीच!

फॅक्टरीतून निघणाऱ्या मालाप्रमाणे कायदे पटापट वाढत आहेत. पोलिसांवर जबाबदाऱ्यांचा बोजा (नको त्या जबाबदाऱ्याच) वाढत आहे. १९४७ साली आय.पी.सी. व सी.आर.पी.सी. सोडून फक्त ४०-५० लहानसहान कायद्यात पोलिसी हस्तक्षेपाची गरज असे. आज ५००हून अधिक कायद्यात पोलिसी हस्तक्षेपाची आवश्यकता आहे.

आपल्याकडील बरेचसे कायदे राजकारणातील प्रतिस्पर्धी, राजकीय, सामाजिक पुढारी अगर श्रीमंत भांडवलदारांच्या शेपट्या पिरगाळण्यास सोपे जावे म्हणून केलेले असतात. कुठलाही प्रश्न कायदा करून सुटतो का? त्याची अंमलबजावणी कशी होणार? त्यासाठी पुरेशी यंत्रणा आहे का? पुरेशी कोर्ट आहेत? याचा विचारच नाही. कायदा केलाच तर त्यात कॉग्नीजिबल गुन्हे का? पोलिसांना त्या कायद्यात निष्कारण का गुंतवता?

यामुळे समाजात पोलिसांचे अनेक शत्रू निर्माण होतात अगर त्यांचे नको ते हितसंबंध जडतात. पैसे खाण्याची संधी आणि ती घेण्याचा मोह! म्हणून लहान सहान सामाजिक गुन्ह्यांपासून पोलिसांना अलिप्त ठेवणे हितकारक आहे.

काळ बदलला आहे पण सर्व थरातील जनतेने, राजकीय पुढाऱ्यांनी, सनदी नोकरांनी व खास करून पोलीस व सामाजिक कार्यकर्त्यांनी आपली सुसंस्कृत नियत बदलू नये. गुन्ह्यांशी व हिंसाचाराशी सामना करायचा तर सर्वांची एकजूट हवी. पोलीस खटला वेळेवर उभा करीत नाही म्हणून दोष देताना, तपासकामात जनता किती सहकार्य करते याचाही विचार व्हावा.

आज हवे आहे लोकशिक्षण व जनतेचे प्रबोधन! हवी आहे खरी निर्भयता! माझी खात्री आहे की पोलीस, सनदी नोकर, राजकीय पुढारी सर्वच काही मोडीत काढता

येणार नाहीत. त्यांच्यात अनेक स्वच्छ व निस्पृह स्त्री-पुरुष आहेत. मी खूप आशावादी आहे. आपले जुने व काही नवे कायदे, आपली राज्यघटना उत्कृष्ट आहे. उपयुक्त आहे. परंतु त्यातील तरतुदींचा नि:स्वार्थी व न्यायी दृष्टीने उपयोग व्हावयास हवा. सर्वांचा सहभाग हवा. सर्वांचाच निर्भीड अंकुश हवा.

– श्री. कृष्णनाथ मेढेकर
(निवृत्त पोलीस महासंचालक)

■

के. पी. मेढेकर

- महाराष्ट्र राज्याचे पहिले पोलीस महासंचालक. डेप्युटी-डायरेक्टर, इंटलिजन्स ब्युरो, दिल्ली.
- पंतप्रधानांचे संरक्षण सल्लागार, भूतान नरेशांचे संरक्षण सल्लागार, भारत सरकारचे हवाई संरक्षण विषयक सल्लागार. इंटरपोल-पॅरिस येथेही याच प्रकारचे काम. अनेक पारितोषिके व पदकांचे मानकरी.
- सामाजिक कार्यात नेहमी सक्रिय असून विविध कामे पार पाडली आहेत. अद्याप अनेक ठिकाणीं कार्यरत असून मराठी व इंग्रजीतून लेखनही सुरू आहे.

पत्ता : २१/बी, पोलीस ऑफिसर्स सोसायटी,
फिजरोज युनिव्हर्सिटी रोड, वर्सोवा, मुंबई - ६१
फोन : २६३६८९७८ / २६३४८१७४

गुन्हेगारीला आळा घाला

किरण बेदींचे कार्य

समस्येच्या मुळाशी जाण्याची वृत्ती, प्रचंड कार्यशक्ती, लोकांना प्रेरणा देण्याचा गुण, मानवतावादी दृष्टिकोन ही किरण बेदींची खरी हत्यारे. या गुणांमुळेच त्यांनी अमली पदार्थविरोधी मोहीम, बीट बॉक्सेसची योजना, नवज्योती पुनर्वसन केंद्र इत्यादी कामे अत्यंत यशस्वीपणे पार पाडली.

विविध वर्तमानपत्रांतील कात्रणे व किरण बेदींचे चरित्र यावर आधारित.

तिहार कारागृहात जेव्हा तिची नियुक्ती झाली तेव्हा ते एक फार मोठं आव्हान होतं. एक पायाभूत तत्त्व होतं की 'आधी गुन्हेगारीला आळा घाला. शक्यतो त्यांना सुधारण्याचा प्रयत्न करा,' हे तत्त्व आता तिला ८५०० लोकांच्या बाबतीत अंमलात आणता येणार होतं.

तिहार तुरुंगात बरेचसे लोक कच्ची कैद भोगत होते. त्यांच्यावर किती तरी वर्षे खटलेच भरले गेले नव्हते. इथल्या पक्क्या कैदेतल्या भयानक कैद्यांच्या दहशतीखाली ते वावरत होते. कैद्यांना जनावरासारखे वागवले जाई. तुरुंग अतिशय घाणेरडा झालेला होता. बाहेरही घाणीचे ढीग असत. आजारपण नित्याचे लागलेले असे. कर्मचारी वर्गावर कुणाचेही नियंत्रण नव्हते. खास गुन्हेगारांशी त्यांची हातमिळवणीही असे. त्यांची अनिर्बंध हुकूमशाही राजरोस चालू होती. अधिकाऱ्यांच्या भेटीच्यावेळी कैद्यांना बंदिस्त करून ठेवण्यात येई. कैद्यांना खूप रागवायचे, बळाचा वापर करायचा, दहशत घालायची. एकमेकांविषयी अविश्वास बाळगायचा अशी परिस्थिती होती.

जनावरासारखे वागवले गेलेले कैदी गांजून गेले होते. आपली परिस्थिती कैदी

कुणा जवळ बोलू शकत नव्हते. अशी ही परिस्थिती स्फोटक असते. कैदी सतत वासनेच्या आहारी गेलेले किंवा सूड, मारामारी याच विचारात असत. किरण बेदींनी पहिल्यांदाच कैद्यांमध्ये मोकळेपणी वावरायला सुरुवात केली. तिला अजिबात भीती नव्हती. कैद्यांबरोबर त्यांच्या समस्यांची चर्चा करणे किंवा त्यांच्या गटात बसणे अशा गोष्टी ती सहजतेने करू लागली. तुरुंगातील कर्मचाऱ्यांमध्ये शिस्त निर्माण करायला हवी होती. त्यांना योग्य दिशेनं कार्य करायला प्रवृत्त करायचं होतं. कर्मचाऱ्यांना प्रशिक्षण नव्हतं. त्यांची मने एकाच दिशेने काम करीत. धाकदपटशा, बळजोरी, गुलामगिरी, जबरदस्ती हीच कार्यपद्धती त्यांना जमत होती. पण हळूहळू किरणच्या विचारसरणीचा प्रभाव त्यांच्यावर पडू लागला. अधीक्षकांचं स्थान खूप नाजूक होतं. त्यांना तुरुंगाचे आणि कैद्यांचे प्रश्न समजत नव्हते. समजलेच तर काही करायची इच्छा नव्हती. किरणने सहकाऱ्यांचे प्रश्न व्यक्तिगत पातळीवर हाताळायला सुरुवात केली. काम करणाऱ्यांचा एक संघ उभारला. किरणच्या शब्दांत सांगायचं तर, ''तुरुंगातील कर्मचारी हे कैद्यांचे शरीररक्षक आणि ताबेदार आहेत. त्यांच्या ताब्यात असलेल्या कैद्यांच्या सुरक्षिततेची आणि कल्याणाची काळजी घेणे त्यांचे काम आहे. त्यामुळे त्यांनी आपल्या कामाची मर्यादा आखून घ्यावी. कैद्यांच्या चारित्र्याचा न्यायनिवाडा करू नये. किंवा कैद्यांवर असलेल्या आरोपातल्या अपराधाचा तिरस्कार करू नये. ते न्यायाधीश बनू शकणार नाहीत.''

इतक्या सुस्पष्ट भूमिकेनिशी कामाची सुरुवात केल्यावर किरणच्या सहकाऱ्यांच्या वागणुकीत बदल होऊ लागला. कनिष्ठ सेवकवर्गाचे काम सुधारले. एखाद्या सेवकाने गैरवर्तणूक सुधारली नाही तर त्याला तुरुंगाबाहेरचे काम देण्यात येऊ लागले. '' योग्यता सिद्ध करायला हवी नाही तर आपली अप्रतिष्ठा होते'' हे लक्षात आल्यावर आणि कर्मचाऱ्यांची कामे बदलली जात असल्याने त्यांची मक्तेदारी संपली. सूचनासत्रांच्या वेळी पहारेकऱ्यांनाही बोलावण्यात येऊ लागले. त्यांनी त्यांच्या भागात खेळ, अभ्यास, वाचन, योग अशी चांगली कामे केली तर त्यांची नावे फलकांवर लिहिण्यात येऊ लागल्याने त्यांच्यात निरोगी स्पर्धा निर्माण झाली व आपापल्या भागात चांगली कामे करण्याची काळजी प्रत्येक पहारेकरी घेऊ लागला.

तुरुंगात आलेल्या स्त्रिया अत्यंत दुर्दैवी असतात. पुष्कळदा त्यांना शिक्षण नसतं. कायदा, तुरुंगातील मुदतीआधी सुटका वगैरे गोष्टी त्यांना कळत नसतात. वकिलांवर त्या सारे सोपवतात. मग पैशांसाठी नाडल्या जातात. कोर्टात केस रेंगाळते. आणि त्या तुरुंगात हालअपेष्टांचे जिणे जगत राहतात. त्या छळ सहन करून दुबळ्या होतात. तुरुंगातील कर्मचारी त्यांना शारीरिक शिक्षा देतात. आणि त्यातून ते आनंद अनुभवतात. या स्त्रियांवर सर्रास बलात्कार होतो. त्यातच कारागृहात कैद्यांची संख्या प्रचंड असल्याने स्त्रियांच्या वॉर्डात कच्चे आणि पक्के कैदी, वेश्या, अट्टल गुन्हेगार स्त्रिया, सर्वांना

एकत्र ठेवत असत. नवीन आलेले कैदी जुन्या कैद्यांचे लक्ष्य होत असत. जुने कैदी त्यांना गुलाम करून टाकत असत. शरीरसंबंध ठेवण्यास भाग पाडत. त्यांच्या शोषणाला अंत नसे.

तुरुंगात अमली पदार्थविरोधी कायद्याखाली काही परदेशी नागरिक कित्येक वर्षे अडकून पडले होते. त्यांची परिस्थितीही भयानक होती. लैंगिक वासनांचे शमन, सतत उत्तेजित अवस्था अनेक कैद्यांना हवी असे. त्यांना विकृत कामसंबंध किंवा अमली पदार्थ या गोष्टींची चटकच लागलेली होती. सूड, तिरस्कार, वैफल्य या गोष्टी मनात खदखदत असताना भावना संयमात ठेवणं त्यांना जमत नव्हतं. कारण त्यांची सहनशीलताच नष्ट झाली होती त्यामुळे सतत भावनांचा उद्रेक उघड करणे किंवा नैराश्य या गोष्टी कैद्यांच्या बाबतीत दिसून येत. तुरुंगातील वातावरणाने त्यांची गुन्हेगारी वृत्ती पक्की झाली होती.

तुरुंगात ना विधायक कार्यक्रम होते, ना कैद्यांना काही निर्मितीचे काम होते. त्यात त्यांना अत्यंत दाटीवाटीने राहावे लागे. गलिच्छपणा आणि घाण तेथे मुबलक होती. मोठ्या गुन्हेगारांकडून कित्येकदा साध्या गुन्हेगारांना प्रशिक्षण मिळत असे. तुरुंगातही त्यांनी आपल्या गँग निर्माण केल्या होत्या. कर्मचाऱ्यांमध्ये भरपूर भ्रष्टाचार होता. त्यामुळे या गँगचे लीडर आपलं साम्राज्य तुरुंगातही पसरवीत. अमली पदार्थ सहज उपलब्ध होत. बिडी, सिगरेटची चटक बहुसंख्य कैद्यांना होती. इथल्या वैद्यकीय यंत्रणेत भ्रष्टाचार आणि अनीती होती. तुरुंगाबाहेर सत्ता चालविणाऱ्या कैद्यांना सर्व काही मिळे. जिथे

२५०० कैदी राहण्याची सोय आहे तिथे ८५०० कैदी नेहमी डांबलेले असत. अमली पदार्थांचा व्यापार करणारे कैदी दीर्घकाळ तुरुंगात खटल्याच्या प्रतीक्षेत असतात. कित्येकदा त्यातले काही खरे गुन्हेगार नसतच. त्यांना पुस्तकेही बाळगू दिली जात नसत. क्षुल्लक कारणांवरून भांडणांचे स्फोट होत. कारण कैद्यांना काहीच काम नसे.

या सर्व परिस्थितीबाबत किरणने विचार केला. कैद्यांची मानसिकता समजून घेतली आणि सुधारणा सुरू केल्या. स्वत: पाहणी करायला चारही तुरुंगांमध्ये (तिहारमध्ये एकूण चार तुरुंग आहेत) ती वरचेवर फेऱ्या मारीत असे. परिस्थिती पाहून कैद्यांशी बोलून त्यांची दु:खे ऐकून कर्मचाऱ्यांची मनोवृत्ती, कार्यपद्धती बघून हे सगळं सुधारण्याचा तिने निश्चय केला. आधी तिने अमली पदार्थाचा प्रश्न हाती घेतला. सेवकवर्ग, विक्रेते आणि व्यसनी कैदी यांचे एकमेकांशी संधान असे. व्यसनांपासून सोडवणूक करणारी औषधे दवाखान्यात उपलब्ध नव्हती. किरणने चार नंबरच्या तुरुंगातल्या एका वॉर्डाचे रूपांतर व्यसनमुक्ती केंद्रात केले. तिथे आरियाना केंद्रातर्फे डॉक्टर, नर्सेस, वॉर्डबॉय येतात. एका बराकीचे रूपांतर इस्पितळात केले. इथे रुग्णांवर साधारण महिनाभर उपचार करण्यात येऊ लागले. नंतर त्यांचे पुनर्वसन करण्याचा प्रयत्न होऊ लागला. अमली पदार्थाची तुरुंगातली आयात थांबली. तुरुंगातल्या चोरट्या मार्गाने आणल्या जाणाऱ्या पदार्थांवर कडक लक्ष ठेवण्यात आले. व्यसनी कर्मचाऱ्यांना उपचार दिले. उपचारासाठी प्रत्येक तुरुंगात एक केंद्र निर्माण केले. होमिओपॅथिक उपचार सुरू केले. ते उपयोगी होतेच पण खर्चिकही नव्हते. हळूहळू अनेक स्वयंसेवी संघटना इथे काम करायला येऊ लागल्या.

दुसरं व्यसन होतं धूम्रपानाचं. धूम्रपानाने छाती व श्वसनाचे रोग कैद्यांना जडत. धूम्रपानावर किरणने बंदी आणली. विड्या तुरुंगात येण्याचे मार्ग बंद केले. हळूहळू याचा चांगला परिणाम दिसून येऊ लागला. पण किरणची खरी कसोटी इथे लागायची होती. विडीच्या कट्टर व्यसनी लोकांना विथड्रॉअल सिम्पटम्स दिसू लागले. बिडी प्याल्याशिवाय त्यांना काम करता येईना. त्यांनी एक दिवस सत्याग्रहच पुकारला. (हा विरोधाभासही कसा तर व्यसन पुरवले जावे म्हणून सत्याग्रह!) त्यांनी घोषित केलं, विड्या मिळाल्या नाही तर ते सामुदायिक आत्महत्या करतील. किरण म्हणते, " हे ऐकून प्रथम मला दरदरून घाम फुटला. या पक्क्या कैद्यांना कोणतीही सवलत दिली तर आत्तापर्यंतचं सर्व काम व्यर्थ ठरणार होतं." किरणनं त्यांना समजावलं. आपली तल्लफ भागवायला त्यांनी पाली मारून वाळवून खायला सुरुवात केली होती. शेवटी किरणनं थोडा वेळ काढायचं ठरवलं. डॉक्टरांशी व मानसोपचारतज्ज्ञांशी चर्चा करून मग निर्णय

घेईन असं सांगितलं. हळूहळू त्यांचं व्यसन सुटलं. नियमभंग करणाऱ्यांवर कडक ॲक्शन घेण्यात येऊ लागली. कैद्यांकडे पिटिशन बॉक्स फिरविण्यात येऊ लागले. यामुळे तक्रारी तात्काळ किरणपर्यंत पोहोचत. तुरुंगाच्या आत काय चालते ते तिला समजू लागले. तिहार तुरुंगात पंचायत सुरू करण्यात आली. यात प्रत्येक बराकीतील प्रतिनिधी तुरुंगाधिकाऱ्यांबरोबर रोज चर्चा करीत. नवीन कल्पना सुचवीत व जुन्या योजनांची अंमलबजावणी आपापल्या बराकीत करत.

नंतर किरणने मुलांसाठी वेगळे वॉर्ड सुरू केले. त्यांना विधायक कामात गुंतवणे, त्यांच्यातील शक्ती चांगल्या कार्याकडे वळवणे, चांगले–वाईट यातील भेद जाणायला त्यांना शिकवणे असे कार्यक्रम सुरू झाले. एक मुलगा कैद्यांसाठी ग्रंथालय चालवू लागला. शिक्षणाचे, साक्षरतेचे वर्ग चालू झाले. शिक्षकांची निवड कैद्यांमधून होऊ लागली. त्यांच्या कामाचा त्यांना मोबदला मिळू लागला. प्रत्येकजण काहीतरी शिकू लागला, काही तरी काम करू लागला. पूर्वी त्यांना काम नसे. फक्त कोठडीत डांबून ठेवत. मग ते आपल्या बद्दलच विचार करत बसत. रडत, संतापत. चटकन् मारामारी करत. शिक्षा मिळाल्यावर आणखी वाईट वागत. अभ्यास, शिवणकाम, विणकाम यांच्यात गुंतल्यावर भांडणे कमी झाली. कैदी स्त्रियांना काम मिळवून दिले. त्यांच्या कामाचा मोबदला बँकेत जाऊ लागला. किरणचे तिहारमधील कार्य परदेशातील तुरुंगातील मंडळींनीही नावाजले. अनेक लोक तुरुंग बघायला येऊ लागले. पण कैद्यांच्या वागणुकीतील फरक व सुधारलेले जीवन यामुळे किरणला कामाचे सार्थक झाले असे वाटले.

मला शिक्षक, उपदेशक, पुस्तके, नोकर यांची गरज आहे असे आवाहन किरणने करताच मदतीचा ओघ सुरू झाला. अनेक प्रस्ताव, प्रकल्प, योजना किरणकडे आल्या. इंदिरा गांधी राष्ट्रीय मुक्त विद्यापीठाने उच्च शिक्षणासाठी तुरुंगात केन्द्र चालविले. शैक्षणिक साधने, लायब्ररी वगैरे चालविण्यास विनामूल्य साधने दिली. व्यवस्थापन, संगणक, ग्रामीण विकास, आरोग्य पोषण यावर पदवी व पदव्युत्तर अभ्यासक्रम चालू झाले. चार क्रमांकाचा तुरुंग भारत विकास परिषदेने दत्तक घेतला. त्यांनी क्रीडा स्पर्धा इत्यादींसाठी निधी उपलब्ध करून दिला.

स्वयंसेवी संस्थांची मदत घेऊन तुरुंगात आयुर्वेदिक व होमिओपॅथिक दवाखाना चालू केला. अन्न व स्वच्छता दोन्ही खूप सुधारले. एक्सेल इंडस्ट्रीजचे व्यवस्थापकीय संचालक के. सी. श्रॉफ यांनी सेंद्रिय कचऱ्याचे रूपांतर दुर्गंधीरहित खतात करण्याचे तंत्रज्ञान शिकविण्याची तयारी दर्शविली. कैद्यांनी स्वत:हून हे काम अंगावर घेतले.

त्यांनी निर्माण केलेल्या खताला बाजारात मागणी आली. वर्षाकाठी जवळजवळ एकवीस लाख रुपयांची बचत झाली आणि तुरुंगाचे आवार स्वच्छ झाले! किरणचा सर्वात मोठा प्रयोग विपश्यना चालू करण्याचा होता. त्यामुळे कैद्यांच्या मनोवृत्तीत बदल झाला. व्यसने खूप कमी झाली. ताण व वैफल्य नाहीसे झाले. कैद्यांना खूप मोकळे वाटू लागले. हळूहळू तुरुंग हा नवीन येणाऱ्या कैद्यांना एखाद्या होस्टेलसारखा वाटू लागला. स्वच्छ जागा, काम, पुस्तके, खेळ, चांगले अन्न, सर्वच त्यांना मिळत होते. कैदी भयमुक्त झाले. पुन्हा एकदा कैद्यांची 'माणसे' झाली.

– किरण बेदी

■

किरण बेदी

- ख्यातनाम पोलीस महासंचालक.
- कार्याचे सुसूत्रीकरण, समस्येच्या मुळाशी जाण्याची वृत्ती, प्रचंड कार्यशक्ती, निर्भयता व पारदर्शिता आणि मानवतावादी दृष्टिकोन या गुणांमुळे त्यांनी तिहार जेल सुधारणा, अमली पदार्थविरोधी मोहीम, बीट बॉक्सेसची योजना, नवज्योती पुनवर्सन केंद्र इ. कामांमध्ये मोठे यश मिळविले.
- मॅगसेसे पुरस्काराने सन्मानित.
- 'आय डेअर' हे आत्मचरित्रवजा पुस्तक गाजले.

बालगुन्हेगारी : वाढती समस्या

कुटुंब, गांव, समाज, राष्ट्र हे सारे मनुष्यकेंद्री घटक आहेत. ते तसेच असायला हवेत. ह्या साऱ्या घटकांचा विकास म्हणजे भौतिक सुखसाधनांचा विकास नव्हे तर माणसांचा विकास आणि त्यांना नीट जगता यावं, आपल्या गुणानुसार काम करता यावं ह्यावर भर देणारा विकास ! अर्थात ह्या सर्व विकासाची उभारणी माणसांभोवती, त्याहीपेक्षा मुलांभोवती व्हायला हवी. समाजशास्त्रज्ञ असं म्हणतात की मुलांचा विकास, त्यांचं भवितव्य दोन प्रमुख गोष्टींवर अवलंबून असतं. त्यांना कसं वाढवलं जातं आणि भविष्यकाळातील आव्हानं स्वीकारण्यासाठी त्यांना शिक्षण कशा प्रकारचं दिल जातं ह्या पायाभूत गोष्टी फार महत्त्वाच्या असतात.

ह्या दोन्ही गोष्टी विकसित आणि विकसनशील अशा दोन्ही समाजांमध्ये अत्यंत खालच्या पातळीला उतरल्याने जगभर मुलांमधील गुन्हेगारी, हिंसाचार आणि क्रौर्य ह्याचं थैमान पसरताना दिसतं आहे. अमेरिका स्वत:ला बालकेंद्री समाज म्हणविते. पण ल्यूसिया होडसन ह्या लेखिकेने प्रदीर्घ अभ्यासानंतर 'रेझ्ड इन कॅप्टीव्हिटी' हे पुस्तक लिहिले, त्यात लहान वयात होणाऱ्या कुमारी माता, मुलांची उपेक्षा, बालकांचे हक्क, मुलांना अकारण प्रौढांसारखे वागवणं, घटस्फोट, मुलांच्या कस्टडीचे लढे, पुनर्विवाह ह्या साऱ्यांमध्ये भरडल्या जाणाऱ्या मुलांच्या समस्यांबद्दल सोदाहरण लिहिलं आहे. तीव्र स्पर्धा, प्रचंड राग, अतिसधनतेमुळे आलेला लाडावलेपण, निराशा, नकार, अपयश यांची सवय नसणं, तसंच, आत्मकेंद्रितता ह्यामुळे केवळ स्वत:चं सुख, गरजा आणि त्या पुरवण्याची आस ह्यात बुडून गेलेल्या मुलांना आपल्या पलीकडचं जग, इतरांची सुख-दुःखे ह्यांची जाणीव नाही. आपलं सुख हिसकावून घेणं महत्त्वाचं ठरत आहे. इथल्या विचारवंत मंडळींच्या मते, आपल्या स्वत:च्या कामाच्या ठिकाणी विकास करण्याच्या नादात अमेरिकन समाजाने आपल्या मुलांची अक्षम्य हेळसांड चालविली आहे. आई-वडिलांनी भरपूर काम करणं बरोबर आहे की चुकीचं हा मुद्दा नसून अग्रक्रमाचा

मुद्दा लक्षात घ्यायला हवा. आपली छानछोकी आणि उत्पन्न यांच्यासाठी जीवाची बाजी लावण्याऐवजी मुलांना जीव लावणं महत्त्वाचं आहे हे लक्षात घ्यायला हवं.

हे सगळं वाचलं की आपण कदाचित् समाधानानं म्हणू की, आमच्या देशात मुलांभोवती सगळं कुटुंब फिरत असते. मुलांना शिक्षण, शिस्त, संस्कार व्यवस्थित देण्यावर भारतीय संस्कृतीचा भर आहे. मुलांसाठी आई-वडील अजूनही खूप त्याग करतात आणि मुलं आई-वडिलांवर प्रेम करतात. त्यांना आदरानं वागवतात.

पण हा सगळा रंगीत बुडबुडा वास्तवाच्या झोतानं खूप चट्‌कन फुटतो. अतोनात दारिद्र्य आणि उतू जाणारी श्रीमंती अशा सर्व वर्गांमध्ये मुलांची आई-वडिलांकडून अक्षम्य हेळसांड होत आहे. अतिशय वाईट परिस्थितीत वाढतांना त्याचं शोषण होतं. संस्कार, चांगलं अन्न, प्रेम ह्या सगळ्यांचा अभाव असतो. चांगल्या-वाईटाचा फरक त्यांना कळत नाही. मग बारीकसारीक चोऱ्या, मारामाऱ्या, व्यसनं आणि हिंसाचार अशा गुन्हेगारीच्या पायऱ्या मुलं चढत जातात.

बालगुन्हेगारीविषयक समाजशास्त्रीय अभ्यास करणारे प्रा. विलास उजगरे म्हणतात की, "मुलं थोडीशी जरी चुकली, किंबहुना पालकांना असं वाटलं की ती चुकीची वागत आहेत; तर साधारणत: लगेच पूर्ण दोष मुलांवर टाकून मोकळं होण्याची आपल्या मंडळींची रीत असते. बालगुन्हेगारीबद्दल बोलताना सुद्धा बव्हंशी बोट मुलांकडेच रोखलेलं असतं, हे कितपत न्याय्य आहे? मुलं घडतात, वाढतात ते कुणामुळे? बालगुन्हेगारी आणि तदनुषंगिक समस्या म्हणजे तरी नेमकं काय ? सामाजिक वर्तणुकीच्या इच्छित अपेक्षित अशा चौकटींची मोडतोड झाली, सामाजिक घटकांच्या हक्कावर गदा आली किंवा समाजाने निश्चित केलेला समाजमान्य असा वागणुकीचा बाज, नातेसंबंध आपापल्या जागेवरून घसरले की सामाजिक समस्या उद्‌भवते. समाजाने बांधलेल्या नीतिनियमांचा भंग झाला, समाजाला असत् वाटणारा वर्तणूक आकृतिबंध उद्‌भवला तरी अशी मुलं समाजाला त्रासदायक ठरू शकतात. ह्या मुलांना आपण फार तर वाट चुकलेली मुले असं म्हणू या. पण त्यांना योग्य वाटेवर आणलं नाही तर ही मुलं गुन्हेगारी, हिंसाचार, क्रौर्य ह्या पायऱ्या सहज चढतात."

हे जे मनुष्यबळ सकारात्मक दिशेने उद्योग, शेती वाढवू शकतं ते मनुष्यबळ गुन्हेगारीत वाया घालवणं आपल्यासारख्या विकसनशील देशाला परवडणारं नाही. पण जेव्हा आकडे बोलू लागतात, तेव्हां ते सांगतात की आपल्या देशात बालगुन्हेगारीचा कॅन्सर वेगाने पसरतो आहे. नॅशनल क्राईम रेकॉर्ड ब्यूरोच्या अहवालाचा दाखला द्यायचा तर २००० साली ७ ते १८ ह्या वयोगटातील १८,४६० मुलांवर गंभीर गुन्ह्यांबद्दल खटले दाखल केले गेले. ठाण्यासारख्या मध्यमवर्गीय वस्तीचं प्राबल्य असणाऱ्या शहरात बालगुन्हेगारी वाढते आहे. गेल्या चार महिन्यांत केवळ ठाण्यात ८२ मुलांवर गुन्ह्याचे आरोप नोंदले गेले. दिल्लीसारख्या राजधानीच्या ठिकाणी २००० साली मुलांच्या नांवावर

२९९ गुन्हे; २००१ साली ४५५ गुन्हे; २००३ साली ५०८ गुन्हे अशी चढती कमान आहे. गेल्या वर्षभरात आपल्याकडले समाजशास्त्रज्ञ, बालन्यायालयाचे न्यायाधीश, शिक्षक, प्राध्यापक, जागरूक पालक असे सगळे लोक कारणमीमांसा करण्यात गुंतले आहेत. उपाययोजना शोधत आहेत. कारण अक्षरश: हादरवून टाकणारे गुन्हे मुलं रोजच्या रोज करीत आहेत.

साधारणत: आठ ते अठरा किंवा अठरा वर्षांच्या काठावर मागेपुढे रेंगाळणाऱ्या वयात ह्या मुलांनी काय केलं त्याची थोडीशी उदाहरणे पाहिली तरी मन सुन्न होतं.

लुईसवाडीत राहणाऱ्या वर्षा शर्मा यांचा मुलगा विजय शर्मा या चौदा-पंधरा वर्षाच्या मुलाने थंड डोक्याने सगळ्या कुटुंबाला ठार मारण्याचा कट जवळजवळ चार दिवस आखला. एकदा सगळे जण मेले की, संपत्ती आपल्याला मिळेल, घर आपल्या नावावर होईल; अशी त्याची समजूत होती. घरातील लोक अभ्यासावरून बोलत, चैनीसाठी पैसे देत नसत. आई चिडत, रागावत असे. याचा संताप त्याच्या मनात साठत होता. १८ मे २००४ रोजी तो क्लासहून परत आला. आई झोपल्यावर त्याने स्वयंपाक घरातील चाकूने आईच्या गळ्यावर सहा-सात वार केले. आईला ओरडण्याचीही संधी मिळाली नाही. त्याने शांतपणे रक्ताने माखलेले कपडे बदलले. कपाटातून पैसे काढले. चर्चगेटला आला. कपडे खरेदी केले. मग भटकणं, खाणं-पिणं सुरू झाले. रात्री बाहेर कुठेतरी रस्त्यावर झोपावं, दिवसभर चैन करावी असा क्रम त्यानं चालू ठेवला. तो जेव्हां पकडला गेला तेव्हां त्याला पश्चाताप झाल्याचे त्याने अजिबात दर्शवले नाही. त्याच्या मनावर चित्रपटांचा एवढा पगडा आहे की त्याने 'वास्तव' सिनेमा दहा वेळा पाहिला आहे.

भाईंदर येथील गृहिणी नयना परमार हिचा गळा चिरून हत्या करणाऱ्या स्वप्नील बने व जितेश झा ह्या दहावीतील मुलांचा भविष्यात गावठी कट्टा खरेदी करून जबरी घरफोड्या करण्याचा इरादा होता. त्यांचा राहुल नांवाचा मित्र त्यांना कट्टा मिळवून देणार होता. त्यासाठी त्यांना तीन हजार रुपये हवे होते. सरस्वती हायस्कूलमध्ये ही मुले शिकत होती. शालेय जीवनापासून त्यांना चोऱ्या करण्याची सवय होती. स्वप्नीलचे वडील प्रादेशिक परिवहन कार्यालयात लिपिक तर जितेशचे वडील ड्राफ्टस्मन आहेत. घरची आर्थिक परिस्थिती बेतासबात आहे. तीन हजार रु. मागणार कसे? आणि घरात चोरी करायची म्हटली तरी घरात पैसे उपलब्ध व्हायचे नाहीत अशी

स्थिती. त्यामुळे नयनाची हत्या करण्याची योजना स्वप्नीलने आखली. जितेशने ती अंमलात आणली. कॅसिओ दाखविण्याच्या बहाण्याने परमार यांच्या घरात शिरलेल्या स्वप्नीलने हातात ग्लोव्हज् घालून शयनगृहाचा दरवाजा बंद केला, व नयनाचे हात पकडले. नंतर ग्लोव्हज् जितेशला दिले. जतिन ह्या नयनच्या सहा वर्षांच्या मुलावर चाकूने वार करून डोके फोडले. नयनाचा गळा चिरला. स्वप्नील एका मुलीबरोबर फिरतो त्याची तक्रार नयनाने स्वप्नीलच्या बहिणीकडे केली त्याचाही राग स्वप्नीलच्या मनात होताच. तिच्या कपाटातून मिळालेल्या पैशांनी गावठी कट्टा व एक बाईकही त्यांना खरेदी करायची होती. शिवाय डान्सबारचं आकर्षण होतं. त्यासाठी पैसे हवे होते.

पांच लाख रुपयांच्या खंडणीसाठी कौशल भरत जोशी ह्या हिरानंदानी गार्डन्समध्ये राहणाऱ्या अल्पवयीन मुलाची त्याच्याच तिघा मित्रांनी क्रूर हत्या केली. श्रीकान्त रमेश धुळप, हा दिवा पूर्व इथे परशुरामवाडीत राहणारा तर सागर केशव जाधव व अनिल मनमोहन हे नेव्हल डॉकयार्ड कॉलनी व शीतल निवास चाळ येथे रहाणारे. अनिल मनमोहन हा कौशलचा वर्गमित्र. ह्या तिघांनी पैशांच्या चैनीसाठी कौशलच्या अपहरणाचा कट रचला. त्याला पार्टीला बोलावले, आणि नेव्हल डॉकयार्ड कॉलनीत नेऊन डांबले. ते पैशाची मागणी करणार असल्याचे कळल्यावर सध्या आई-वडील कामानिमित्त गुजरातमध्ये गेल्याचे कौशलने सांगितले. आपण पकडले जाऊ या भीतीने १५ मे रोजी पहाटे ३.३० वाजता त्यांनी कौशलला घरी सोडण्याच्या बहाण्याने बाहेर काढले. कांजुरमार्ग टेकडीवरील निर्जन स्थानी नेऊन नायलॉनच्या दोरीने गळा आवळून डोक्यावर दगडाचे प्रहार केले. मग शैलेशचा मृतदेह झुडपात लपवला. सध्या अनिल मनमोहन डोंगरीच्या बालशिक्षण गृहात आहे.

३ मे रोजी व्यंकटेश ऊर्फ प्रभाकर शिवा नायर या १३ वर्षाच्या शाळकरी मुलाचा खून क्रिकेटचा चेंडू लागल्याच्या क्षुल्लक कारणावरून पाच कुमारवयीन मुलांनी केला. व्यंकटेश नायर कोपरी, ठाणे येथे लेपर्स कॉलनीत राहत होता. ह्या मुलांबरोबर क्रिकेट खेळतांना हमरीतुमरीवर आल्यावर मुलांनी त्याला मारहाण केली. व्यंकटेशने घरून मिरचीची पूड आणून ती जॅक्सन ह्या मुलाच्या डोळ्यात फेकली. मग हे प्रकरण पंचांपुढे गेले. व्यंकटेशने बाजू मांडली. पण मुन्नास्वामी ह्या पंचाने मारहाण करून त्याच्या तोंडात तिखट कोंबले. व्यंकटेशला दिलेली एवढी शिक्षाही ह्या पाच मुलांना पुरेशी वाटली नाही. त्यांनी त्याला मुलुंडच्या म्हाडा कॉलनीत पार्टीसाठी बोलावले. सिल्वेस्टर अय्यर (१५ वर्षे), राजेश जोसेफ काळे (१३ वर्षे), जॅक्सन डिसुझा (१५ वर्षे), जाकीर अबुबकर शेख (१५ वर्षे) ह्या मुलांनी व्यंकटेशला बियर पाजून त्याच्यावर दगडांनी हल्ला केला. लाथाबुक्क्यांनी मारहाण केली. अर्धमेल्या अवस्थेत व्यंकटेशला खेचत नेऊन म्हाडा कॉलनीजवळून वाहणाऱ्या नाल्यात फेकले. नंतर गुन्हा उघडकीला आल्यावर

ही मुले डोंगरी येथील निरीक्षणगृहात रवाना झाली.

नेहरूनगर (उल्हासनगर कँप ५) येथे राहणाऱ्या रजाक यांचा मुलगा गुलाब हुसेन खान ह्याला त्याचा १५ वर्षांचा मामा असगर अली व कल्लू ह्यांनी हाजीमलंगवर नेले. मागच्या भांडणाचा राग आणि मेहुणा व बहिणीला त्रास देतो याचा संताप असगरच्या मनात होता. सूड म्हणून त्यांनी गुलाबचा गळा दाबून त्याचे प्रेत झुडपात फेकले. तो मेल्यावरही डोक्यावर, छातीवर दगडाचे घाव घातले, आणि घरी पळून आले.

वडिलांचे आपल्यापेक्षा सावत्र भावावरच अधिक प्रेम आहे या भावनेमुळे वैफल्यग्रस्त झालेल्या गिरीश मेहताने सावत्र भावाची विष पाजून हत्या केली.

अजमल शेख, रफिक शेख, वासीम मन्सूरी ह्या तिघा पंधरा ते सतरा वर्षांच्या मुलांनी हुसेन मढीया ह्या आपल्या मित्राला डोंगरी भागातील सायबर कॅफेत बोलावले. रस्त्यात अचानक त्यांच्यात वादावादी होऊन त्यांनी रफिकच्या लहान भावाला मारल्याबद्दल हुसेनला मारायला सुरुवात केली. एका टॅक्सीत त्याला कोंबून तोंड दाबून मारत राहिले. पैसे आणि मोबाईल काढून घेऊन चालत्या गाडीतून त्याला भायखळा फ्लायओव्हर वरून फेकून दिले. नशिबानेच हुसेन वाचला. ह्या मुलांनी मोबाईल ९००० रुपायांना विकून डान्सबारमध्ये मजा केली. त्यांच्यावर डोंगरी बालन्यायालयात गुन्हा दाखल झाला.

२० नोव्हेंबरला बोरिवलीच्या 'आय सी' कॉलनीत कुकरी क्लासेसमध्ये शिकणाऱ्या १७ वर्षाच्या चार विद्यार्थ्यांनी चोरीच्या उद्देशाने आपल्या शिक्षिकेच्या आईची व तिच्या दीड वर्षाच्या मुलाची निर्दयपणे हत्या केली. १२ मे रोजी जयप्रकाश यादव ह्या चौदा वर्षांच्या मुलाला त्याच्या समवयस्क मित्रांनी उसने घेतलेल्या पैशांच्या हिशोबावरून झालेल्या भांडणानंतर जिवंत जाळले.

खोट्या चाव्या वापरून मोटरसायकली चोरून विकून चंगळ करणाऱ्या विजय, स्वप्नील, विनायक व नवीन ह्या कांदिवलीच्या समतानगरमध्ये राहाणाऱ्या मुलांना पकडून निरीक्षणगृहात दाखल केलं गेलं.

अभिजित हा आपला मित्र उत्तम काटकर ह्याला पौरुषावरून चिडवत असे. त्याला उत्तम काटकरने संतापाच्या भरात लोकलमधून ढकलून दिले.

अठरा वर्षांची सीमा नुकत्याच ओलांडलेल्या एकोणीस-वीस वयाच्या आसपास रेंगाळणाऱ्या दोघी बहिणींनी - तनसीम व यास्मीन यांनी मोहम्मद हुसेन ह्या आपल्या पित्याची भूतबाधा उतरविण्यासाठी त्यांना बांधून काचेच्या तुकड्याने त्यांचे पोट फाडून आतडे बाहेर काढले.

चोऱ्या, घरफोड्या, बलात्कार, मारामाऱ्या यांचे असंख्य प्रकार बालवयातील मुलांच्या हातून गेल्या दोन वर्षांत घडले.

हे सगळे वाचल्यावर मन तळापासून ढवळून निघतं. ह्या मुलांचे पुढे होते तरी काय?

त्यांच्या ह्या कृत्यांना खरोखर कोण जबाबदार असतं? ह्या मुलांचा न्यायनिवाडा कशा प्रकारे होतो? हे जाणून घेण्यासाठी उमरखाडीच्या निरीक्षणगृहाचे मुख्य परिविक्षा अधिकारी श्री. रंगनाथ कुळकर्णी यांची निरीक्षणगृहाच्या (पूर्वी त्याला बालसुधार गृह म्हणत) आवारात त्यांच्या ऑफिसात भेट घेतली.

सँडहर्स्ट रोडची बकाल वस्ती आणि जगण्यासाठी चाललेली धावपळ, माणसांचा प्रचंड कोलाहल, वाहनांचे कर्कश आवाज आणि जीवनाचं धपापतं स्पंदन ह्यांच्यातून मार्ग काढत आपण निरीक्षणगृहाच्या आवारात पाय टाकतो तेव्हा तिथे अचानक शांतपणा वाटतो. लोकांचा आपापल्या मुलांना भेटण्यासाठी वावर असतो. त्या माणसांच्या हालचालीत, नजरेत कारुण्य असतं. ह्या आवारातील मुख्य इमारत १९२५ साली बांधली गेली. जुनी इमारत असूनही सर्वत्र नीटनेटकेपणा, स्वच्छता आढळली. सध्या चीफ प्रोबेशन ऑफिसर श्री. रंगनाथ कुळकर्णी आपल्या सहा सहकाऱ्यांसह येथील काम पहात आहेत. मी गेले तेव्हां तिथे अरुणाचल प्रदेशातून पळून आलेल्या एका मुलाची त्याच्या आई-वडिलांशी फोनवर गाठ घालून देण्यात ते गुंतले होते. आई-वडील कांहीतरी बोलले, त्याचा राग येऊन हा मुलगा मुंबईला पळून आला होता. पोलिसांनी त्याला निरीक्षणगृहात आणले. आई-वडील आणि मुलगा यांच्यात सामंजस्य घडवून आणण्याचं काम श्री. कुलकर्णी कुशलतेने करीत होते. ते म्हणाले, ''मुलानं पळून येणं किंवा बालवयीन मुलींनी खोट्या भूलथापांना बळी पडून घर सोडणं हे गुन्हे नव्हेत. अशी मुलं आमच्याकडे पोलीस आणून पोहोचवतात. मुलं वेळेवर आली तर त्यांना सर्वतोपरी मदत येथून मिळते. त्यांच्या पालकांना शोधून मुले व पालक यांची गाठ घालून देतांनाच मुलाच्या मनातील गुंता जाणून पालकांच्या कानांवर घालण्याचे काम आम्ही करतो. ही घरातून पळालेली मुले जर आमच्याकडे आली नाहीत, तर मात्र ती गुन्हेगारीच्या वाटेवरचा प्रवास करण्याची बरीच शक्यता असते. भावी काळात बालगुन्हेगार तयार होऊ नयेत म्हणून संस्थेचा इथपासून उपयोग सुरू होतो. साधारणत: रस्त्यावर राहणाऱ्या, बारीकसारीक चोऱ्या करणाऱ्या किंवा तत्सम गोष्टी करणाऱ्या मुलांना पोलीस इथे घेऊन येतात. ह्या मुलांवर कसलेच संस्कार झालेले नसतात. आई-वडील अखंड कामात गुंतलेले, पोट हातावर असतं. तेही व्यसनी, मादक द्रव्याधीन असले तर गुन्हे करण्याकडे वृत्ती असते. नकारात्मक परिस्थितीतच ह्या मुलांची वाढ होत असल्याने जीवनाच्या झगड्यातील क्रौर्य त्यांच्या अंगवळणी पडते. शिवाय त्यांच्या जगण्याची तुलना इतरांच्या जगण्याशी करणारं त्याचं मन अनेक गोष्टींना बळी पडू शकतं. उच्चभ्रू समाजातील मुलेही गुन्हे करण्यात मागे नसतात. त्यांच्याकडे त्यांच्या आई-वडिलांचं पुरेसं लक्ष नसतं. कौटुंबिक आयुष्यातील उबदारपणा त्यांना मिळत नाही. वाईट संगत लागते. पौगंडावस्थेत मित्रांचा पगडा जबरदस्त असतो. व्यसने लागतात. ती भागविण्यासाठी पैसा पुरेनासा होतो. 'जीवन शिक्षण' हा प्रकार मुलांच्या वाट्याला येतच नाही. शिवाय

चित्रपट, टीव्ही, कार्टून पुस्तके सर्वत्र हिंसेचा उदाउदो असतो. अगदी रामायण, महाभारत वगैरेमध्ये सुद्धा युद्धे, हिंसा आहेच. त्याची नैतिक, अनैतिक बाजू मुलांच्या विचारविश्वापर्यंत पोहोचलेली नसते. चौदा-पंधरा वर्षांच्या मुली सिनेमात काम करण्याच्या मोहापायी घर सोडून पळून येतात. काही फसवून आणल्या जातात. ही मुलं पोलिसांना मिळाली की ते मुलांना निरीक्षणगृहात घेऊन येतात.''

श्री. कुळकर्णी यांनी या संदर्भात नोंदविलेले एक मत दखल घेण्याजोगं आहे. ''गुन्हेगारीकडे वळणारी बरीचशी मुले शहरी विभागातील असतात. ग्रामीण विभागात मुलांना शेतात, घरात काम करावंच लागतं. त्यांची शक्ती कामात वापरली जाते. विषमतेची दरी ग्रामीण भागात तुलनात्मकदृष्ट्या कमी असते, आणि तिथे अद्यापही माणसांचे एकमेकांशी संबंध चांगले असतात.''

पळून आलेली मुलं निरीक्षणगृहात ठेवल्यावर त्यांच्या कुटुंबांचा शोध घेण्याचं काम सुरू होते. पालक भेटल्यावर पालक व मुलांमध्ये समन्वय साधण्याचा प्रयत्नही केला जातो. श्री. कुळकर्णी हे सर्व सांगत असतानाच एक म्हाताऱ्या आजी आल्या. त्यांच्या अल्पवयीन नातीचं कुणाशी तरी प्रेम जमल्यानं तिला त्या मुलाशी लग्न करायचं होतं. घरच्यांचा या गोष्टीला विरोध असल्याने नात सरळ पळून गेली. तिला पोलिसांनी निरीक्षणगृहात भरती केलं होतं. आजी आल्यावर नातीला भेटण्याची परवानगी देण्यात आली. अशा गैरमार्गाला लागू शकणाऱ्या किंवा गुन्हे करून गैरमार्गाला लागलेल्या मुला-मुलींना निरीक्षणगृहात आणल्यावर त्यांची शारीरिक तपासणी होते. त्यांच्याशी संवाद साधत त्यांच्याबद्दल, त्यांच्या समस्यांबद्दल जेवढी माहिती गोळा करता येईल तेवढी केली जाते. मुंबई, महाराष्ट्र आणि भारत असे प्रत्येक क्षेत्राचे सहा भाग पाडलेले आहेत. कारण श्री. कुळकर्णी यांच्याबरोबर ह्या कामासाठी सध्या फक्त सहा सहकारी आहेत. ज्याच्याकडे जे क्षेत्र सोपवलं असेल त्यानुसार केसेस सोपविल्या जातात. श्री. कुळकर्णी आणि त्यांचे सहकारी ह्या मुलांच्या भल्यासाठी अखंड काम करीत असतात. मुलांशी बोलणं, त्याच्या कुटुंबांचा शोध घेणं, कौटुंबिक परिस्थितीची माहिती घेणं, मुंबईबाहेरील मुलांच्या पालकांचा शोध घेणं, मुलांच्या मानसिक समस्यांसाठी त्यांना चाईल्ड गाईडन्स सेंटरकडे नेणं, (हे सेंटर संस्थेच्या आवारात आहे. तसेच न्यायालयही संस्थेच्या आवारातच आहे.) मुलांचा गुन्हा काय ते नक्की करणं, ही कामे निरीक्षणगृहाचे हे अधिकारी करीत असतात. श्री. कुळकर्णी यांच्या मते सर्वात पहिल्यांदा काय करावं लागतं, तर अतिशय सहृदयतेने मूल जसं आहे तसं स्वीकारणं! त्याची वस्तुस्थिती स्वीकारणं! त्याबद्दल घृणा, राग, तिरस्कार अजिबात वाटता कामा नये. त्यानंतर समस्या शोधून काढणं, त्याच्या गुन्ह्यामागची परिस्थिती, प्रेरणा, गुन्हा करायला भाग पाडणारी कारणं निश्चित करणं आणि मानसशास्त्रीय उपचार, वर्तणूक उपचार इत्यादींसाठी चाईल्ड गाईडन्स सेंटरकडे केसेस नेणं, ह्या साऱ्या पायऱ्या पार कराव्या लागतात. मूल

निरीक्षणगृहात भरपूर काळ असेल तर त्याची वर्तणूक बारकाईने बघितली जाते. एकदा केस तयार झाल्यावर मग मुलाला ज्युनियर जस्टिस बोर्ड म्हणजे बालन्यायालयात हजर केलं जातं. येथपासून मुलांच्या पालकांचा मोठा सहभाग सुरू होतो. कारण आपल्या कायद्यानुसार मुलांना तुरुंगात ठेवत नाहीत. त्यांना शिक्षा नसते. तर ती मुले पालकांच्या स्वाधीन केली जातात. पण न्यायालय त्यात वेगवेगळ्या गोष्टींची समज पालकांना देते. जर मूल अनाथ असेल किंवा पालक सापडलेच नाहीत, तर मग मुलांना माहिमच्या डेव्हिड ससून इन्डस्ट्रियल स्कूल किंवा येरवडा येथील पं. जवाहरलाल नेहरू औद्योगिक शाळा इथे पाठविले जाते. त्यांच्या शिक्षणाची, राहण्याची, कपड्यालत्त्याची, जेवणाची सोय केली जाते. आता सोळा ते अठरा वर्षांदरम्यानच्या बालगुन्हेगारांसाठी नाशिक येथील 'किशोर सुधारालयही' कार्यरत होत आहे.

श्री. कुळकर्णी सध्या निरीक्षणगृहाचे प्रमुख अधिकारी आहेत, आणि त्यांच्यावर पुष्कळ जबाबदारी आहे. पण या आधी त्यांनी ह्या मुलांच्या पुनर्वसनासाठी अनेक उपक्रम राबविले. तीन वर्षे त्यांनी ह्या मुलांचा सतत अभ्यास केला. त्यांना कार्यमग्न ठेवण्यास खटपट केली. 'अक्का कुळकर्णी ज्युव्हेनाईल एड फंडा'ची त्यांना बरीच मदत झाली. आपल्या मुलांना स्वीकारून मार्गस्थ करण्यास पालकांना प्रेरित करणं आवश्यक असतं. गरीब पालक येण्याजाण्याचा खर्च सोसू शकत नाहीत. त्यांना प्रवास खर्च ह्या फंडातर्फे उपलब्ध करून दिला जाऊ लागला. त्याचे फार चांगले परिणाम दिसून आले. ह्या मुलांनी लहान-लहान अभ्यासक्रम पार पाडावेत यासाठीही 'अक्का कुळकर्णी ज्युव्हेनाईल एड फंड' सारख्या संस्थांनी सर्व खर्चाचा भार उचलला. ''ह्या मुलांकडून त्यांची माहिती, त्यांच्या भावना काढून घेताना फार सायास पडतात. पण त्यामुळे त्यांच्यात जी सुधारणा घडवून आणता येते, ती म्हणजे आमच्या आयुष्याचं सारसर्वस्व असतं.'' असं श्री. कुळकर्णींचं म्हणणं आहे. सुरुवातीला बालन्यायालयाने मुलांचा ताबा पालकांकडे दिल्यावर काही महिन्यांनी ती मुले गुन्हा करून परत निरीक्षणगृहात येत. पण ह्या विविध उपक्रमांमुळे मुले पुन्हा गुन्हा करून परत येण्याचे प्रमाण खूप घटले आहे. निरीक्षणगृहात येऊन नंतर आयुष्यात व्यवस्थित स्थिरावलेल्या मुलांची किती तरी उदाहरणे त्यांनी दिली. त्या मुलांशी वागतांना खूप धीर धरावा लागतो. सहनशीलता दाखवावी लागते. त्यांच्या परिस्थितीची जाणीव मनात सतत बाळगावी लागते. हे सांगत असतांनाच त्यांनी एक-दोन दाखले दिले. कारच्या चाव्या पळवून गाडीतून पळून जाण्याच्या प्रयत्नांत असलेल्या एका मुलाला पोलिसांनी पकडलं. आपण चोरीचा गुन्हा करतोय ह्याची त्या मुलाला जाणीवही नव्हती. ह्या मुलाचं घरी जगणं यातनामय झालं होतं. त्याचं आणि त्याच्या आईचं खूपच प्रेमाचं नातं होते. पण वडील उभा दावा असल्यासारखे वागत. त्यांची मुलावर मालकी असावी असे वर्तन असे, आणि शिस्त पराकोटीची होती. वडिलांबद्दल त्याच्या मनात राग साचलेला होता.

त्यांच्यापासून दूर जाण्यासाठी त्यानं गाडी चोरीचा मार्ग पत्करला. पोलिसांनी त्याला निरीक्षणगृहात दाखल केल्यावर पालक धावत आले. त्यांच्या मुलाखती घेतांनाच माझ्या लक्षात सारी परिस्थिती आली. म्हणून आई आणि वडिलांना स्वतंत्रपणे बोलावलं. वडिलांना पुष्कळ समजावण्याचा प्रयत्न केला. पण त्यांच्या कडकपणात फरक पडेना. मग मी मुलामध्ये बदल घडवून आणण्यासाठी प्रयत्न सुरू केले. वडिलांना समजून घेऊन त्यांच्याशी प्रेमानं कसं वागावं हे त्या मुलानं चटकन आत्मसात केलं. मुलगा मग घरात चांगला रुळला. त्याच्यात भराभर सुधारणा झाली. आज तो परदेशी स्थायिक असून उत्तम स्थितीत आहे.

दुसऱ्या एका मुलाने आपल्या मित्रांच्या मदतीने आजीचा खून केला होता. ह्या मुलाचे वडील ॲडव्होकेट होते. आई बँकेत अधिकारी होती. मुलाकडे लक्ष द्यायला त्यांना वेळच नव्हता. आजीनेच त्याचे संगोपन केले. दुर्दैवाने त्याला वाईट संगत लागली. लोकांची घरे फोडून कॉम्प्यूटर पळवायचे आणि सुटे भाग करून विकायचा उद्योग त्याने सुरू केला. एकदा हे भाग लपवण्यासाठी घरी नेले. आजीने ते पाहिले, तिनं त्याला रागावून हे सारं आई–वडिलांना सांगण्याची तंबी दिली. त्याबरोबर आजीलाच संपवायचा निर्णय त्याने घेतला. संधी मिळताच स्वयंपाक करीत असलेल्या आजीच्या मानेवर त्यानं सुरी फिरवली. ह्या मागे मूळ कारण म्हणजे आई–वडिलांची भीती... त्यांना चोरी कळली तर काय होईल याची धास्ती होती. हा मुलगा आमच्याशी बोलतांना मोकळा होत गेला. आई–वडील आणि मुलामध्ये प्रेमाचं नातं रुजवायला आमची मदत झाली. आपलं शिक्षण पूर्ण करून आज तो यशस्वी आयुष्य जगतोय.

श्री. कुळकर्णी, बालन्यायालयाच्या न्यायाधीश अंजली गोकर्ण आणि इतर काही सोशल वर्कर्स व त्या भागाचे पोलीस डिपार्टमेंट एकत्र येऊन 'साथी' ह्या संस्थेसाठीही प्रयत्नशील आहेत. बालगुन्हेगारीचं प्रमाण जिथे मोठं आहे अशी मुंबईतील क्षेत्रे निश्चित करणं, तेथील माहिती घेणं, कारणांची सूची तयार करणं, उपाययोजना अंमलात आणणं, अशी कामे ही संस्था हाती घेत आहे.

अंजली गोकर्ण ह्या सध्या ज्युनियर जस्टीस बोर्डाच्या अध्यक्ष असून त्यांना मेट्रोपोलिटन मॅजिस्ट्रेटचा दर्जा आहे. त्यांच्या कामाबद्दल बोलताना त्या म्हणाल्या, 'आपल्याकडे सध्या २००० सालचा ज्युनियर जस्टिस ॲक्ट हा बालगुन्हेगारांसाठीचा कायदा आहे. १८ वर्षांपर्यंतच्या कुणीही गुन्हा अथवा तत्सम कृत्य केलेल्यांनी उन्मार्गी समजून स्वतंत्र, पण बालन्यायालयांपुढे आणलं जातं. निरीक्षणगृहात मुलाची चौकशी पूर्ण झाली की त्याला पालकांसह न्यायालयात आणलं जातं. मुलांना गुन्हेगार म्हणून वागविले जात नाही. बेड्या घातल्या जात नाहीत. बरोबर असलेले पोलीस सुद्धा साध्या वेशात असतात. निरीक्षणगृहाच्या आवारातच बालन्यायालय असतं. निरीक्षणगृहाच्या प्रोबेशन ऑफिसरकडून केसची छाननी होते. त्यात बालमानसशास्त्रज्ञ, मानसोपचार

तज्ज्ञांचा समावेश असलेल्या चाईल्ड गाईडन्स क्लिनिकचीही मदत होते. केसची सुनावणी पालकांसमोरच होते. मुलावरील चार्ज न्यायालयाकडून त्याला सांगितला जातो. मुलाने आपला अपराध मान्य केला की प्रोबेशन ऑफिसरचा अहवाल विचारात घेऊन, सर्व परिस्थितीचा साधकबाधक विचार करून न्यायाधीश बालकायद्यानुसार निकाल देतात. कधी बेलवर, कधी चांगल्या वर्तणुकीच्या हमीपत्रावर मुलांना पालकांच्या हवाली केलं जातं. सुनावणी संपल्यावर लहानसहान गुन्ह्यांकरता आलेली मुले व त्यांचे पालक यांना समुपदेशन दिलं जातं. ग्रुप काऊन्सेलिंग व कम्युनिटी सर्व्हिस याद्वारे मुलांना सुधारण्याचा वाव द्यावा असा मतप्रवाह आता पुढे येऊ लागला आहे. आई-वडीलच कित्येकदा म्हणतात, 'मुलांना निरीक्षणगृहात राहू द्या.' आपल्या चोरट्या, लहान गुन्हे करणाऱ्या मुलांना ते स्वत: संस्थेत आणतात. अशा वेळी त्यांना समुपदेशन देणे आवश्यक असतं. काळजी आणि संरक्षणाची गरज असलेलं मूल, छळ आणि अत्याचार झालेलं मूल, हरवलेलं, अपंग-अनाथ, मानसिकदृष्ट्या मागास, अनाथ, भटकी मुलं, टाकून दिलेली मुलं, बलात्कार झालेल्या अल्पवयीन मुली ह्या सर्वांचा विचार करून त्यांना अधिकाधिक आधार दिला जातो. मुलांना रिमांड देत नाहीत. मुलांना चांगल्या वागणुकीच्या हमीपत्रावर आई-वडिलांकडे सोपविलं जातं.

विकल्या गेलेल्या, फूस लावलेल्या अल्पवयीन मुलींना Child in need of care and protection च्या अन्वये 'आशा सदन'मध्ये आणलं जाते. नंतर आई-वडिलांची चौकशी केली जाते. कन्व्हेन्शन ऑफ चाईल्ड प्रमाणे वयाच्या १८ वर्षेपर्यंत मुलांना तुरुंगामध्ये अडकवण्याऐवजी सुधारण्याचा अधिकार आहे.

अंजली गोकर्णही 'साथी' या उपक्रमासाठी प्रयत्नशील आहेत. पोलीस, प्रोबेशन ऑफिसर्स, सोशल वर्कर्स वगैरे लोक जास्त बालगुन्हेगार असलेली क्षेत्रे शोधून, समाजासाठी काम, सकारात्मक दिशेची करमणूक, युवक मंडळांमधून विधायक काम, अशा तऱ्हेच्या रचनात्मक कामात अशा मुलांना गुंतवण्यासाठी योजना आखत आहेत. पौगंडावस्थेतील मुलांच्या समस्यांबद्दल, त्यांच्यातील परिवर्तनाबद्दलही त्यांना योग्य शिक्षण मिळायला हवं. त्या दिशेने प्रयत्न करायचे आहेत.

'आशा सदन'मध्ये उन्मार्गी मुलींची व्यवस्था लावली जाते. कुमारी माता, बलात्कारिता, आई-वडिलांनी टाकून दिलेल्या अशा लहान बाळांपासून अनेक जण तिथे असतात. टॉयलेटमध्येच काय इलेक्ट्रिसिटी बॉक्समध्येसुद्धा लहान बाळं सापडतात. पोलीस ह्या सर्वांना 'चाईल्ड इन नीड ऑफ केअर अँड प्रोटेक्शन' मध्ये घेऊन जातात. तिथून ती 'आशा सदन'मध्ये येतात. इथे ह्या बाळांच्या व मुलींच्या पुनर्वसनाची सोय नसती तर अशी मुले गुन्हेगारी वळणावर नक्कीच गेली असती. 'आशा सदन'चे काम हे एक प्रकारे बालगुन्हेगारी होऊ नये म्हणून प्रतिबंधात्मक उपायांसारखं असतंच, शिवाय ह्या मुलांच्या सर्व गरजा सहृदयतेनं पार पाडण्याचं कामही इथे होतं, असं 'आशा

सदन'मध्ये अनेक वर्षे काम केलेल्या अलका म्हात्रे यांचे म्हणणे आहे. लहान मुले चांगल्या घरातून दत्तक देऊन त्यांचेही पुनर्वसन केले जाते. अठरा वर्षांनंतर या बालगुन्हेगारीत अडकलेल्या पण पालक नसलेल्या मुलांना वाऱ्यावर सोडू नये म्हणून काही संस्था कार्यरत आहेत. शासनातर्फे चेंबूरला 'आफ्टर केअर होम' चालविले जाते. ह्या संस्थेत प्रवेश घेतल्यापासून मुलांच्या पुढील आयुष्याच्या दृष्टीने पुनर्वसनाला सुरुवात होते.

विनिमय ट्रस्टमध्ये बी.ए.आर.सी.चे लोक ऐच्छिक काम करतात. अठरा वर्षानंतर निरीक्षणगृहाचा आधार सुटलेल्या मुलांना निरनिराळ्या तऱ्हेने आयुष्यात स्थिरस्थावर करण्यावर त्यांचा भर असतो.

बिर्ला ग्रुपच्या मंगल मंदिरमध्ये बालगुन्हेगारीतील १६ ते १८ वर्षे वयाच्या मुलांसाठी प्रशिक्षण व नोकरीची व्यवस्था केली जाते.

ह्या मुलांना त्या थोड्या काळासाठी प्रशिक्षण व कामधंदा सुरू होईतो जागा हवी. हाऊसिंग कॉम्प्लेक्समध्ये अशा मुलांसाठी एक ब्लॉक राखून ठेवावा असाही प्रस्ताव ह्या क्षेत्रात कार्यरत असणाऱ्या संस्थांनी ठेवला आहे. ह्या साऱ्या संस्था मुलांचा संस्थेकडून समाजाकडे सुरळीत प्रवास व्हावा म्हणून काम करतात.

विजयालक्ष्मी पंडित यांनी दीर्घकाळ बालन्यायालयाच्या न्यायाधीश म्हणून काम केले आहे. त्या म्हणतात, क्रौर्य ही हिंसाचारामागची, गुन्हेगारीमागची मूळ प्रेरणा आहे. ती मनुष्यामध्ये असते. कारण पूर्वी त्याला जगण्याच्या झगड्यामध्ये टिकण्यासाठी ती हवी होती. त्या मूळ प्रेरणेचं शमन व्हायचं तर आर्थिक सुबत्ता, स्थैर्य, आरोग्यपूर्ण वातावरण, शिक्षण, कष्ट आणि समानतेचे संस्कार, शिस्त आणि सहजीवनाचे संस्कार आवश्यक असतात. आपल्याकडे अशी परिस्थिती अजिबात नाही. वाईट गोष्टी हातून घडू नयेत म्हणून मनावर पहिल्यापासून होणारे ठाम संस्कार आणि मोह झालाच तर समाजाच्या तिरस्काराचं भय अशा दोन गोष्टी आवश्यक असतात. ह्या दोन्ही बाबतीत आपण समाज म्हणून आणि व्यक्ती म्हणूनही उदासीन आहोत. बालन्यायालयाकडे मुलं येतात तेव्हा मुलगा मारामारी किंवा खुनात अडकलेला आढळतो. त्याचं केसमध्ये रूपांतर होतं. आपल्याकडे ह्या मुलांना गुन्हेगार म्हणून वागवत नाहीत. परिस्थितीवशात् मुलं गुन्हा करतात. आसपासचं वातावरण मारामारीला पोषक असलं, तर आधी ती आत्मरक्षणासाठी मारामारी किंवा एखाद्यावर हल्ला करतात. माझ्याकडे आलेली एक केस मला आठवते आहे. एका घरात चार मुलं होती. तीन मोठ्या मुली व एक कुमारवयीन मुलगा होता. आई वारल्यावर वडील वेळीअवेळी दारू पिऊन येत व मुलांना मारहाण करीत. मुलींवर बलात्कार करीत. ह्या सगळ्या गोष्टी सहन न होऊन त्या मुलाने वडिलांचा जीव घेतला. हा अपराध खरा. पण ह्या प्रसंगी त्या मुलाचा गुन्हा किती ह्याचा विचार करायला हवा. टीव्ही, सिनेमा बघून मुलांची ठाम समजूत होते की पोलीस भ्रष्टाचारी असतात. ते आपल्याकडे लक्ष देणार नाहीत. न्याय मिळणार नाही. हीरो जसा

तडकाफडकी निकाल लावतो तसा आपणही लावायला हवा.

मुलांना दहशतीखाली ठेवणं, विकृत वासनाशमनासाठी त्यांना वापरणं असं आपल्याकडे सर्रास घडतं. हॉटेलमधली मुलं, जरीकामासाठी येणारी मुलं, लैंगिक छळाचे बळी असतात. ही मुलं, हिंसक झाली तर दोष कुणाचा? कित्येकदा घरात काम करायला, पैसे कमवायला मुले हवी म्हणून निरीक्षणगृहात दीर्घकाळ पाठवून दिलेल्या मुलांची मागणी आई-वडील किंवा नातेवाईक करतात. माणूस म्हणून मुलांकडे न पाहता मालमत्ता म्हणून बघण्याचा, त्यांना वापरून घेण्याचा दृष्टिकोन असतो.

अनावर वाढती लोकसंख्या, दारिद्र्य, विषमता, अंधश्रद्धा, व्यसनं, माणसांचं तुटलेपण, भंगलेली घरं, यांतून बालगुन्हेगारी निर्माण होते. ह्या सर्वात अशा मुलांचा दोष काय; ह्याचा विचार करायला हवा.

वाढता चंगळवाद, दुसऱ्याच्या पैशांवर डल्ला मारणं, डान्सिंग स्कूल्स, मसाज पार्लर्समधून सेक्सच्या वापरातून मिळणारा पैसा, उत्तान सिनेमा बघून बळावलेली सेक्सची भावना, त्यातून निर्माण होणारी हिंसा, ह्या मुलांचे आयुष्य नासवून टाकतो. बेबंद शहरीकरण, मादक पदार्थांचं जाळं, त्याच्या ड्रग ट्रॅफिकिंगसाठी मुलांचा वाढता वापर, गुन्हेगारी अर्थव्यवस्था ह्या साऱ्या गोष्टी मुलांना गुन्हेगारीच्या जाळ्यात ओढतात. पूर्वी माणसे गावातील सर्व लहान मुलांवर नजर ठेवून असत. मुलांनाही अपकृत्य करण्याची शामत नसे. हा माझा मुलगा, हा परक्याचा असा भेद गावांमध्ये केला जात नसे. चूक करणाऱ्या मुलीचा कान धरण्याचा अधिकार सर्व वडिलधाऱ्यांना असे. माणसं जेव्हा एकमेकांपासून तुटू लागली आणि स्वार्थमूलकता समाजात रुजली, तेव्हा बालगुन्हेगारीचा एक प्रतिबंधात्मक उपाय नाहीसा झाला. ह्या सर्व गोष्टींमधून आपण मार्ग काढायला हवा अस सांगतांना विजयालक्ष्मींनी स्वत: निवृत्तीनंतर ह्या दिशेने मोठं कार्य सुरू केलं आहे. बालग्रामाच्या कार्याला त्यांनी वाहून घेतलं आहे. १८ ठिकाणी बालग्रामांची स्थापना झाली आहे. इथे ७ ते ९ मुले एका ठिकाणी राहतात. एक स्त्री त्यांची आई म्हणून राहते. कौटुंबिक वातावरण निर्माण होते, ही स्त्रीसुद्धा कांही कारणांनी तिथे आलेली असते. तिचेही पुनर्वसन होते. सगरोळी, पन्हाळा, लोणावळा, सासवड अशा ठिकाणच्या बालग्रामांमध्ये अनाथ मुलांना आधार मिळतो. इथेच बालगुन्हेगारीला प्रतिबंध बसतो.

रस्त्यांवरील मुलांकरिता 'श्रद्धा' हे केंद्र चालविलं आहे. त्यातही त्या सक्रिय आहेत. भारतीय महिला परिषद, एस. ओ. एस. चिल्ड्रेन ऑफ महाराष्ट्र हे संयुक्तपणे गेली आठ वर्षे हे केंद्र चालवीत आहे. श्री. प्रभाकर वैद्यांच्या मदतीने आता खारच्या हसनाबाद लेन उर्दू स्कूलमध्ये जागा मिळाली आहे. मुलांना इथे तोंड धुणे, अंघोळ, नास्ता इत्यादींची व्यवस्था होते. ह्या मुलांना शिक्षणही दिलं जाते. ही मुले पूर्वी खार स्टेशनवर असत. लहान-मोठ्या चोऱ्यामाऱ्या करीत. आता इथे त्यांना दिवसभराचा आसरा मिळतो.

जेवण, शिक्षण, सकाळचा नास्ता, दुपारी फळं दिली जातात. मुलांना अगदी दात घासण्यापासून शिकवावं लागतं. चांगले संस्कार करण्यासाठी इथे सोशल वर्कर्स कार्यरत असतात. इथे रोजची हजेरी साधारण ४१ मुलांची असते. मुलांना गुन्हेगारीकडून विधायकतेकडे वळविण्याचे हे काम 'श्रद्धा' संस्था अविरतपणे करते आहे.

बालगुन्हेगारीमागची मानसिक कारणे ह्या सर्व मंडळींच्या बोलण्यातून प्रतिबिंबित होत होती. ह्या बाबतीत प्रसिद्ध बालमनोविकारतज्ज्ञ श्री. मनोज भाटवडेकरांचे म्हणणे अंतर्मुख करायला लावणारे आहे. त्यांच्या मताने, हिंसा प्रवृत्ती ही सहज आहे. जगभरातील लहान मुलं आपला राग आणि आक्रमकता मोकळेपणाने प्रकट करीत असतात. त्यांच्यावर संस्कार घडलेले नसतात आणि वडीलधारी माणसंही मुलांच्या ह्या प्रकटीकरणाकडे जरा उदारपणाने बघत असतात. ह्या आक्रमकतेला नीट वळण मिळणं महत्त्वाचं असतं. अणुशक्ती विधायक आणि विध्वंसकही असते, तिला वळवावं तशी ती वळते, तसंच ह्या प्रेरणेचं असतं. कांही माणसे स्वभावत: अधिक आक्रमक असतात. पण ह्या आक्रमकतेला खतपाणी घालणारे घटक कुटुंब आणि सामाजिक परिस्थितीत अंतर्भूत असतात. सध्या आसपासच्या परिस्थितीत हिंसकता भरलेली आहे आणि त्यापासून संरक्षण करणं किंवा त्याला नीटपणे तोंड देत आपला योग्य मार्ग निवडण्याचं शिक्षण कुटुंबामधून मिळत नाही. अनेकदा गोष्टी सहज मिळत असल्याने अपेक्षाभंग झाला की मुलांना राग येतो. आई-वडिलांचे प्रेम न मिळाल्याने तसेच इतर अनेक कारणांनी राग येतो. तो दडपलेला असतो. लहानशा गोष्टीने त्याचा उद्रेक होतो. मग आपण गुन्हा करतो आहोत याचं भान त्यांना उरत नाही. जमावाची हिंसकता मुलांच्या गटांमध्येही आढळते. मारामारी होतांना किंवा एखाद्याला मारतांना हात धुवून घेणं, चीड व्यक्त करणं अभावितपणे घडतं. मुलांची निरीक्षणशक्ती तल्लख असते. त्यांना पुष्कळदा असे आढळलं की धक्काबुक्की केली नाही, मारहाण केली नाही, आक्रमकपणा धारण केला नाही तर आपल्याला हवं ते मिळणारच नाही. पुष्कळदा राजकारणी मंडळी कुमारवयीन मुलांना वापरूनही घेतात आणि शिवराळ हिंसायुक्त भाषेची, विचारांची पेरणी करतात. मारा, तोडा, फोडा वगैरे मुलांच्या कानांवर सतत पडत असते. पडद्यावरील हिंसा ही मोठी समस्या आहे. वाचनातसुद्धा अगदी परीकथांमध्येही हिंसेची रूपे पडद्याआडून डोकावतात. ह्याला पर्याय काय? हिंसा नको तर काय हवं? सकारात्मक पर्याय कुटुंबानं शोधायला हवेत. मुलांना त्यांची ध्येये शोधायला मदत करायला हवी. चांगले छंद जोपासायला हवेत. टीव्हीवरील मालिका मुले बघत असतील तेव्हा त्याबाबत त्यांच्याशी संवाद साधून चुकीचा वर्तणूक आकृतिबंध कोणता ते त्यांना समजावायला हवे.

आजच्या परिस्थितीत कुमारवयीन मुलांचे अग्रक्रम विचित्र झाले आहेत. सतत अभ्यास, करियर, स्पर्धापरीक्षा यांचा ताण त्यांच्या मनावर प्रचंड असतो. बारा

वर्षापर्यंतची मुलेसुद्धा त्यांच्या बालपणाचा आनंद उपभोगू शकत नाहीत. त्यांना आपण जणू टोचून, भोसकून कोपऱ्यात ढकलत असतो. तिसऱ्या वर्षापासून त्यांना ए बी सी डी शिकवायला लागतो. दुर्लक्ष, प्रेमाचा अभाव, मुलांच्या भावविश्वाबद्दलच्या जाणिवांचा अभाव ह्या सगळ्या गोष्टी त्यांना आक्रमतेकडे ढकलत असतात.

आपण काय बोलतो तेही आपल्याला कळत नाही. एवढं चीडायला काय झालं? गप्प बैस. तुला एवढंही कळत नाही? अशा वाक्यांचा आघात मुलांवर होत असतो. लहान मूल पडलं तर आपण जमिनीवर हात आपटून म्हणतो, 'हात रे! माझ्या सोनूला पाडलस ना!' सोनूला त्याची चूक कळत नाही. 'हात रे' मात्र त्याला कळते.

मुलांच्या जडणघडणीत त्याचं भावनिक शिक्षण महत्त्वाचं असतं. ते आजकाल कुटुंबांमधून होताना दिसत नाही. मी दुसऱ्याला मारल्यावर त्याला लागतं ही संवेदना उमटायला हवी. दुसऱ्याचा विचार, आपुलकी, स्नेह हे सगळं संपून विचित्र तुटलेपण आणि आत्मकेंद्रितता मुलांमध्ये यायला लागली आहे. पैसा टाकून सगळं मिळतं ही समजूत मुलांमध्ये रुजू लागली आहे. पैसा वापरणं, उधळणं, तो मिळालाच पाहिजे असे वाटणं, ह्या गोष्टी धोकादायक आहेत. एक खेळणं मोडलं तर, जाऊ दे दुसरं आणू रडू नको असं म्हणण्यापेक्षा, ही भावली तुटली त्याबद्दल मुलाला काय वाटलं ते विचारणं, त्याच्या भावनेचा निचरा होऊ देणं महत्त्वाचं!

''हिंसाचार आणि क्रोधाला आळा घालणारे पर्याय कुटुंबातूनच मिळतील. कुटुंबाची जबाबदारी ह्या नव्या जगात खूप मोठ्या प्रमाणात वाढली आहे. मुलांच्या बाबतीत कुटुंबीयांनी संवेदनशील व जागरूक असण्याला पर्याय नाही. पूर्वीच्या काळी कुटुंबात आजी-आजोबा, वडीलधारे असत. आता मुलांना सांभाळणारे जे कोणी आहेत, पालक या भूमिकेत वावरणारे सर्व जण; अगदी पाळणाघर संचालिकांपासून सर्व जण, ज्यांना 'सिग्नीफिकंट अदर्स' म्हणता येईल ते सगळे अतिशय संवेदनशील असायला हवेत. चांगल्या गोष्टीला हो म्हणणं आणि वाईटाला नाही म्हणणं ह्यात ताकद असते. ती ताकद आंतरिक असते हे मुलांना जाणवायला कुटुंबशिक्षक आणि आप्तसंबंधीच मदत करू शकतात.'' असं डॉक्टर भाटवडेकर म्हणतात. 'स्नेहसदन' ही रस्त्यावरील मुलांसाठी कार्य करणारी संस्था आहे. येथील मुले फार वाईट परिस्थितीच्या अनुभवातून गेलेली आहेत. काही जणांनी आई-वडिलांचा खूनसुद्धा पाहिला आहे. त्यांच्यात आक्रमक वर्तणुकीची बीजे आढळून येतात. त्यांच्यासाठी डॉक्टर मनोज भाटवडेकरांनी सक्रिय ध्यान शिकवण्याचा प्रयोग करायचा प्रस्ताव मांडला. त्याला स्नेहसदनच्या 'फादर'नी पाठिंबा दिला. रोज सुमारे पंचेचाळीस मुले सक्रिय ध्यानासाठी येत असत. तीन आठवडे डॉक्टरांनी मुलांकडून ध्यान करून घेतले. त्याचा अद्भुत परिणाम दिसून आला. मुलांना विधायकतेकडे वळवणं आणि आक्रमकतेला रचनात्मकतेत रूपांतरित करायला आपणच शिकवायला हवं. कुटुंब, शेजार, शाळा, गांव साऱ्यांनीच ही जबाबदारी उचलायला

हवी असं डॉक्टरांचं म्हणणं आहे.

ज्ञानदेवी चाईल्ड लाईनच्या अनुराधा सहस्रबुद्धेही ह्या म्हणण्याला टेकू देतात. त्या म्हणतात, ''आज भारतीय कुटुंबव्यवस्था त्रिशंकू अवस्थेत आहे. जागतिकीकरण, उदारीकरण, वाढता भोगवाद, चटकन श्रीमंत होण्याकडे कल हा कुटुंबावर प्रहार करीत आहे. कौटुंबिक सुसंवाद 'हे कर, ते करू नको' या पुरता मर्यादित राहिला आहे. आजूबाजूला असलेल्या दुकानांप्रमाणे ठराविक 'सोयी सेवा' पुरवणारी जागा अशा तऱ्हेने आजची तरुण पिढी कुटुंबाकडे बघते आहे. त्यामुळे एकमेकांकरता झटणे, आदर्शवाद वगैरे सर्व अडसर ठरतात. भोगवादी संस्कृती टोकाच्या भावनांना जन्म देते. मला काही ड्रग घेतल्यावर मग त्याची उत्तेजितता मला सुखावते. बससाठी रांगेत उभे राहावे लागलं तर सुखात बाधा येते... मला राग आणि वैफल्य जाणवतं, मला हवं ते कसंही करून मिळवलंच पाहिजे ही वृत्ती वाढते आहे. चाईल्ड लाईनला दरमहा सरासरी २५०० कॉल्स येतात ह्यात ४० टक्के फोन अत्याचारित मुलांचे असतात. त्यात शारीरिक, मानसिक व लैंगिक अत्याचार असतात. १५ टक्के मुलग्यांवरही लैंगिक अत्याचार होतात. यात मुलांनाच दोषी धरून गुन्हा केल्याची भावना रोपण केली जाते. परित्यक्ता वा विधवा आईचे अन्य पुरुषांशी संबंध आले तर मुलांच्या मनात मूल्य संघर्ष उद्भवतो. आपल्या समाजात पौगंडावस्थेतील मुलांच्या मानसिक बदलांची चर्चा होत नाही. रूप, शरीरबदल, भिन्नलिंगी व्यक्तीबद्दलचे आकर्षण ह्यातून निर्माण झालेल्या ताणाचा निचरा होत नाही.

एकटेपणा व कंटाळा हे मध्यम व उच्चवर्गीय मुलांचे दुखणे आहे. कंटाळा घालवण्यास ड्रग्ज, दारू, चोरी, लैंगिक संबंध ह्या गोष्टींचा वापर ही मुले सर्रास करतात.

कुटुंबातील भांडणात मुलांचा शस्त्र म्हणून वापर करणे, मुलाची क्षमता, आवड लक्षात न घेता त्याला अतिरेकी स्पर्धेत लोटणे, शारीरिक, लैंगिक शोषण होणे आणि त्याबद्दल मुलालाच जबाबदार धरणे, अन्न, वस्त्र, निवारा, शिक्षण, हवा तेवढा पैसा पुरवला की जबाबदारी संपली असे मानणे, स्वत:ची असहायता व वैफल्य व्यक्त करण्यास मुलांना शारीरिक, मानसिक इजा करणे, या सर्व शारीरिक, मानसिक, भावनिक शोषणाचे कायमस्वरूपी भीषण परिणाम मुलांमधील वाढत्या हिंसक क्रौर्यपूर्ण गुन्हेगारीत दिसून येत आहेत. पालक, शिक्षक, नातेवाईक ह्या सर्व जखमांना जबाबदार आहेत. मुलांना आधार देणाऱ्या पारंपरिक यंत्रणा आधुनिक जगातून नष्ट होत आहेत. पालकांचा स्वत:वरील ताबा सुटला आहे. पुन्हा एकदा चांगल्या संवेदनशील, साध्या, स्वच्छ कुटुंबव्यवस्थेकडे वळण्याशिवाय इलाज नाही.

'ज्ञानदेवी चाईल्ड लाईन'प्रमाणेच 'बाल प्रफुल्लता चाईल्ड लाईन' आणि इतर अशा संस्था मुलांना मदत करीत आहेत.

मानसशास्त्रज्ञ प्रतिमा हवालदार म्हणतात, ''प्रत्येक माणसाच्या मनात चांगल्या–

वाईट प्रेरणा, सुष्टता, दुष्टता दोन्ही असतेच. बहुतेक लोकांच्या बाबतीत ह्यातील संतुलन साधलेलं असते. परिस्थिती, संस्कार, शिक्षण, विचारांची प्रगल्भता ह्यामुळे हिंसेला प्रतिबंध बसतो.''

हिंसा कधी उफाळून येते ह्याचा विचार करायला हवा. मुले वाढत असताना जे घडते ते पाहतात, अनुभवतात. त्यांच्या जाणिवा व दुःखे खूप तीव्र असली तर ती बाहेर पडण्याचा प्रयत्न करतात. समाजातील चांगल्या-वाईटाच्या कल्पना साध्या गोष्टीतून स्वअनुभवातून मुले उचलतात. त्यांच्या अपेक्षा, इच्छांवर आसपासच्या वातावरणाचा निरंतर परिणाम होत असतो.

आज समाज एवढा वेगानं बदलतो आहे, आयुष्य एवढं गतिमान झालं आहे की, माणसांना एकमेकांसाठी वेळ उरला नाही. आईच्या अंगावर पिणाऱ्या बाळालासुद्धा लवकर दूध प्यावे लागते. विचार करायला वेळ नाही. प्रेम व्यक्त करायला वेळ नाही. मग काही दिवसांनी व्यक्त होण्याची गरज संपून जाते. सारे काही आत धुमसत असते. त्याचे उद्रेक आपण वारंवार पाहतो आहोत. टीव्ही, प्रसारमाध्यमे, पुस्तके या साऱ्यांमधून अतिरंजित भडकपणावर भर दिला जातो. एकंदर समाजाचं चित्रीकरण करताना वाईट, चमचमीत गोष्टींवर भर दिला जातो. चांगल्या गोष्टी समोर येतच नाहीत. हे सारे भयावह वाटते. असुरक्षितता, जीवघेणी स्पर्धा, तोकडी जागा, अपुरं उत्पन्न, आई-वडिलांना वेळ नसणं, ह्या साऱ्या गोष्टीत मुलांचं लहानपण हरवलंय. त्यांना खेळायलासुद्धा जागा उरली नाही. मैदानी खेळातून रग जिरणं आवश्यक असते. ते घडत नाही. मुलांना शौर्य आणि गुन्हा ह्यातील फरक उकलून दाखवणं घडत नाही. चित्रीकरणाचा भर क्रौर्यावर असतो.

घरांतून मुलांवर धाक उरला नाही. वडीलधाऱ्यांबद्दल आदरयुक्त धाक हवा. त्यातून संयमाची शिकवण मिळते. मुलांची चूक दाखवतांना एखादा फटका मारतांना 'आई रागावलीय, आपलं चुकलंय' ह्याची मुलाला जाणीव व्हायला हवी. कुटुंबातून हे घडताना दिसत नाही.

आजूबाजूच्या परिस्थितीत स्फोटकता आहे. आणि लहान वयात हिंसेचे संस्कार मुलं उचलत आहेत. वय लहान आणि हिंसेचा प्रकार वाढत जातोय. जाता जाता वस्तू उचलणं, गळा दाबून वस्तू उचलणं, गळा दाबल्यावर, मेल्यावर संथपणे चालत जाणं अशी ही क्रौर्याची चढती भाजणी आहे. यातून कुटुंबानं, शेजाऱ्यांनी, शाळांनी, गावानं एकत्र येऊन मार्ग काढायला हवा. नाही तर त्याची कमान कुठवर चढत जाईल त्याची कल्पना करवत नाही.

डॉ. शुभदा जोशी ह्या नामवंत बालरोगतज्ज्ञ आहेत. त्यांचा प्रतिदिनी अनेक मुलांशी संबंध येतो. त्यांनाही लहान मुलांमधील हिंसक वृत्तीचे कोंब जाणवतात. वस्तू हातात घेतली की ती चुरगळणे, किड्यांना मारणं, फुलपाखरांना काड्यापेडीत कोंबणं, उडणाऱ्या

कीटकांच्या पायांना दोरा बांधणं, भावंडांशी आक्रमक वागणं ह्या गोष्टी दिसून येतात. त्यांना घरातून उत्तेजन मिळता कामा नये. उलट त्यापासून परावृत्त करण्याचं धोरण असावं.

आजकाल मुलांच्या मनात असुरक्षित भावना फार मोठ्या प्रमाणात आढळून येते. त्यातून इगो प्रोटेक्शन मेकॅनिझमचा आविष्कार म्हणून हिंसा उद्भवू शकते.

घरातील आणि परिसरातील वातावरणावर हिंसक वृत्तीची वाढ अवलंबून असते. हल्ली कित्येकदा पाळणाघरांमध्ये आणि कुटुंबातही टीव्हीचा उपयोग बेबीसिटींगसाठी होतो. आई मुलाला खुशाल टीव्ही लावून देते आणि स्वत: आपली कामं आवरते. सतत टीव्हीसमोर बसण्याची सवय मुलांना दुसऱ्या-तिसऱ्या वर्षापासून लागते. त्याचे अनेक घातक परिणाम दिसून येऊ लागले आहेत. टीव्हीमुळे मुलांना हिंसा ही नॉर्मल वाटायला लागली आहे. फॉर्मेटिव्ह एजमध्ये हे हिंसेचे संस्कार होणं हानीकारक आहे. पालकांना आम्ही सांगतो की कार्टून्स बघितली तरी त्यातल्या भल्याबुऱ्या गोष्टींची मुलांशी चर्चा करा. देशप्रेम आणि दहशतवाद यातला फरक समजावून सांगा. प्रसारमाध्यमांकडून नको त्या गोष्टींना अवास्तव प्रसिद्धी मिळते. त्याचे दुष्परिणाम आपण भोगतो आहोत. बलात्कार, खून खटल्यात फाशी झालेल्या धनंजय चटर्जींच्या फाशीची एवढी चर्चा झाली की खेळतांना त्या फाशीची प्रात्यक्षिके करता करता दोन-तीन मुले मरण पावली.

मुलांना नवीन खेळणीही आकर्षक स्वरूपात उपलब्ध होतात. ही हिंसेकडे झुकवणारी असतात. केवळ फायद्यासाठी आपण केवढे सार्वत्रिक नुकसान करीत आहोत याचं भान खेळणी विकणाऱ्या उद्योजकांनी आणि विकत घेणाऱ्या पालकांनी राखायला हवं. मुलांना हिंसकतेकडे वळवणाऱ्या खेळांचं पालकही कित्येकदा कौतुक करतात. आपण कशाचं कौतुक करायचं आणि कोणत्या गोष्टींबद्दल नाखुषी दर्शवायची याचं पालकांना भान हवं.

जन्मत: मुलं गुन्हेगारी वृत्तीची नसतात. जन्मजात सायकोपॅथिक पर्सनॅलिटी फार क्वचित आढळते.

ह्या प्रवृत्ती वातावरणात, कुटुंबात जोपासल्या जातात. त्यांना कसलेही औषध नसते. कुटुंबातील प्रेम, चांगले संस्कार, चांगली शाळा, चांगले मित्र, मूल्यशिक्षण हीच ह्या वृत्तींना दूर राखणारी प्रतिबंधात्मक औषधे म्हणायला हवीत. आमच्याकडे येणाऱ्या

लहान मुलांच्या आक्रस्ताळेपणासाठी आम्ही पालकांचे प्रबोधन करीत असतोच; पण हे प्रयत्न विस्तृत प्रमाणावर व्हायला हवेत. मानववंशशास्त्रज्ञांच्या मते मूळ हिंसेची प्रेरणा ही सांस्कृतिक प्रेरणांनी वाढते किंवा कमी कमी होत जाते.

निरनिराळ्या विरोधी प्रवृत्ती वेगवेगळ्या समाजांमध्ये इतक्या स्पष्टपणे दिसतात, की हिंसात्मकता वा गुन्हेगारी क्रौर्य हे माणसाला जैविक वारशाच्या रूपाने फार क्वचित मिळतं या गोष्टीवर समाजशास्त्रज्ञ, मानसशास्त्रज्ञ यांचे एकमत होऊ लागले आहे. जैविक वारशाने अकारण हिंसात्मकता मिळावी याची निसर्गाला गरज वाटत नाही. अन्यथा जगभर हिंसेचा आविष्कार समान आढळला असता.

सामाजिक वातावरण, असुरक्षित भविष्य व सांस्कृतिक मूल्ये यांच्यामुळे हिंसेचा पगडा बसू लागतो. तसेच सततच्या उत्तेजित वातावरणाचीही हिंसक वर्तनात परिणती होते.

ह्या सर्व गोष्टी लक्षात घेऊन जगभरातील मानववंशशास्त्रज्ञ, समाजशास्त्रज्ञ, शिक्षणशास्त्रज्ञ आपापल्या परीने समाजातील बालगुन्हेगारीची मुळे उपटून टाकण्याच्या कामी लागले आहेत. वेगवेगळ्या संस्था आणि चाईल्ड लाईन्सची माहिती आपल्यापर्यंत इंटरनेटच्या माध्यमातून पोहोचते आहे.

झेवीयर्स कॉलेजच्या प्राध्यापिका प्रो. प्रतिभा नाथानी यांनी जनहित याचिका दाखल केली. त्यांवर नुकतीच सुनावणी करतांना कोर्टाने सांगितले आहे की, सेंट्रल बोर्ड ऑफ फिल्म सर्टिफिकेटशिवाय कोणत्याही चॅनलना, ॲडल्ट शोज, चित्रपट व मालिका दाखवता येणार नाही. हायकोर्टाच्या ह्या निर्णयाने पालक व शिक्षकांनी सुटकेचा निश्वास टाकला.

अश्लीलतेबरोबरच मीडियामध्ये दाखविल्या जाणाऱ्या हिंसाचाराच्या विरोधात कायदा करण्यासाठी काय करता येईल, याविषयीही मोर्चेबांधणी करण्यास शिक्षक संघटनांनी सुरुवात केली आहे. चॅनल्सवरून दाखविल्या जाणाऱ्या हिंसाचाराचे मुलांच्या मनावरील वाढते दुष्परिणाम लक्षात घेऊन थेट चॅनल्सशी संवाद साधण्याचा प्रयत्न मुंबईतील शाळा करणार आहेत. प्रो. नाथानी ह्यांनी मुलांसाठी मिळविलेल्या ह्या न्यायाचे कॉलेजेस्नीही स्वागत केले आहे.

मनुष्यबळ विकास खात्याचे केंद्रीय मंत्री अर्जुनसिंह यांनी राष्ट्रीय बाल आयोग (नॅशनल कमिशन फॉर चिल्ड्रन) स्थापन करण्याची घोषणा केली आहे. देशातील चारशे दशलक्ष मुलांचे अधिकार व हितसंबंधांचे संरक्षण करण्यास हा आयोग कटिबद्ध राहील. प्रत्येक राज्यात या तऱ्हेचे आयोग स्थापन करण्यात येतील. दहशतवाद, जातीय झगडे, घरगुती हिंसाचार, एड्सारखे घातक रोग यापासून मुलांना संरक्षण मिळेल. विशेष काळजी व संरक्षण यांची गरज असणाऱ्या मुलांकडे लक्ष पुरविण्यात येईल. समाजातील विविध घटक आणि संस्था बालगुन्हेगारी रोखून मुलांवरील अन्याय दूर करून त्यांना

चांगलं आयुष्य जगण्याची संधी उपलब्ध करून देण्यासाठी झटत आहेत, हे अतिशय आशादायक व शुभलक्षण आहे. आपण सगळ्यांनीच एक गोष्ट लक्षात घेतली पाहिजे, माया, ममता, वात्सल्य ह्या गोष्टींचे प्रोत्साहन मिळत असेल तर बालगुन्हेगारीची कीड लागण्याचा प्रश्नच उद्भवत नाही. ज्या कुटुंबांमध्ये चांगल्या वागणुकीबद्दल अतिशय प्रेमाने शाबासकी दिली जाते आणि वाईट वागणुकीच्या वेळी प्रेम मागे ओढून धरलं जातं त्या कुटुंबामध्ये हिंसाचारी मुले सहसा आढळत नाहीत.

एखादी वर्तणूक चांगली आहे असं मुलांच्या मनावर लहानपणापासून ठसलेलं असलं की पराकोटीच्या वैफल्यानंतर, उद्विग्नतेनंतर सुद्धा मुले परत सृजनात्मक कामाकडे वळतात. ज्या मुलांना कुटुंबे नाहीत, रस्त्यावर, वाऱ्यावर सोडली आहेत, व्यसनात, वाईट परिस्थितीत अडकली आहेत, त्यांनाही प्रेम, आधार देणाऱ्या संस्था आहेत. त्यांना मदत करणं आणि अशा नव्या संस्था उभ्या करणं आपला पाचवा पुरुषार्थ मानायला हवा.

स्वयंशिस्त, सहकार्य, सहिष्णुता, चिकाटी, श्रमप्रतिष्ठा आणि समाजाच्या सर्वसामान्य नियमांचे पालन ही मूल्ये जेव्हा आपण अंगी बाणवून घेऊ तेव्हा बालगुन्हेगारीची समस्या सुटू लागेल.

– माधवी कुंटे

■

माधवी कुंटे

- शिक्षण : B.A. (Hon.) मानसशास्त्र, B.Lib.Sc. (बॅचलर ऑफ लायब्ररी सायन्स), B.Ed., ऑल राऊंड परफॉर्मन्ससाठी, कॉलेजकडून सन्मानित.
- अभ्यासू व संवेदनशील लेखिका, मुक्त पण सजग पत्रकार असून, त्यांच्या एकूण अकरा कादंबऱ्या प्रकाशित झाल्या आहेत. त्यातल्या तीन कादंबऱ्या अनुवादित आहेत. नऊ लघुकथा संग्रह ज्यात 'महाद्वार उघडताना' यास उत्कृष्ट वाङ्मय-निर्मितीचा महाराष्ट्र शासनाचा पुरस्कार प्राप्त झाला आहे. वैचारिक व त्त्वज्ञानावरील सहा पुस्तके तसेच बालसाहित्य, ७ चरित्रे, कवितासंग्रह, कथासंग्रह, बालकादंबरी असे विपुल साहित्य आहे.

पत्ता : नारायण निवास, हनुमान रोड, विलेपार्ले (पूर्व) मुंबई – ५७.
फोन : २६११६१७८ / २६११६४८०

हिमालयाएवढी प्रचंड समस्या

दहशतवाद असा आकाशातून थोडाच उत्पन्न होतो! समाजात जे काही घडतंय त्याच्याशी त्याचा थेट संबंध असतो. समाज विखुरतो आहे. विस्कळीत होतो आहे. समाजाची प्राचीन व्यवस्था, अनुशासन, नैतिकता, धर्म साऱ्यांचा आधार मिथ्या आणि कच्चा असल्याचं सिद्ध होतं आहे. या साऱ्या गोष्टींची लोकांच्या अंत:करणावर जी पकड होती, ती निसटली आहे.

माणूस म्हणजे पदार्थांचं मिश्रण, विविध घटकांचं मिश्रण आहे. असंच लोक समजून चालले आहेत. पदार्थ तुटतात, मोडतात, त्यांचं स्वरूप बदलतं. एवढंच ! असाच माणूस आहे असं समजणं, त्याच्या आतल्या आध्यात्मिक स्वरूपाकडे दुर्लक्ष करणं घातक आहे. एकदा का असा समज पक्का झाला की हत्या म्हणजे खेळ बनतो.

घातकी अशा अण्विक शस्त्रांच्या निर्मितीमुळे विभिन्न राष्ट्रांची संकल्पना निरर्थक झाली आहे. जर काही मिनिटात तमाम विश्व एकदम नष्ट केलं जाऊ शकतं तर मग आपल्यासमोर एकमेव पर्याय उरतो, तो म्हणजे साऱ्या विश्वानं एकत्र राहावं. आता दुनियेचं विभाजन ही अत्यंत धोक्याची स्थिती निर्माण करू शकते. कारण दुनियेचं विभाजन विविध राष्ट्रांमध्ये झालं की युद्धाची पायरी केव्हाही गाठली जाते. सारं काही नष्ट करायला एक युद्ध पुरेसं आहे. कमीत कमी वेळात आपण हे समजून घ्यायला हवं की युद्धाची शक्यताच नसलेली दुनिया आम्हाला निर्माण करायला हवी.

दहशतवादाच्या अनेक अंतस्थ धारा आहेत. एक तर अण्विक शस्त्र निर्मितीच्या क्षेत्रात राष्ट्रे आपली शक्ती वेचीत आहेत. या मागे विचार हा आहे की इतर शस्त्रे कालबाह्य झाली आहेत. भले इतर शस्त्रे कालबाह्य झाली असतील पण व्यक्ती त्यांचा उपयोग करू शकतात आणि तुम्ही व्यक्तीच्या विरोधात शस्त्रांचा प्रयोग करू शकत नाही. आतंकवादींनी बॉम्ब फेकले तरी त्यांच्यावर तुम्ही ॲटोमिक मिसाईल फेकू शकत नाही. मला ही गोष्ट विशेषत्वाने सांगावीशी वाटते की, अण्विक शस्त्र निर्मितीमुळे

व्यक्तींना जुनी शस्त्रे वापरण्याची पूर्वी कधी नसलेली स्वतंत्रता बहाल केली आहे.

आता राष्ट्रे करताहेत काय, की जुनी शस्त्रे नष्ट करावी, समुद्रात बुडवावी किंवा गरीब राष्ट्रांना ती विकावीत. ही गरीब राष्ट्रे अण्विक शस्त्रे बनवू शकत नाहीत आणि याच राष्ट्रांमधून बरेचसे दहशतवादी पैदा होतात. तुम्हीच त्यांना विकलेल्या शस्त्रांचा ते उपयोग करतात. तुम्ही त्यांच्याविरुद्ध ॲटमबॉम्ब वापरू शकत नाही. तुम्ही काही करू शकत नाही. जिथे सुई हवी तिथे तलवारीची मात्रा चालत नाही.

साऱ्या छोट्या शस्त्रास्त्रांचं भांडार कधीपासून एकत्र होतंय. आणि महाशक्तिमान राष्ट्रांना त्यापासून सुटका हवीय. जर ही शस्त्रे सागरात बुडवली तर अपरिमित मानवी शक्ती, संपत्ती, ऊर्जा फुकट जाईल. आर्थिकदृष्ट्या हेही परवडणारं नाही. पण हे समग्र भांडार किती वाढवणार? ते आपलं एकत्रित होता होता वाढतंच आहे ना? आणि तुमच्याजवळ कुशलतेनं चुटकीसरशी हत्या करू शकणारी नवी शस्त्रे असताना याचं काय करणार हो?

मग विका निर्धन गरीब देशांना ही जुनी शस्त्रात्रे! ते काही अण्वस्त्र निर्मितीसाठी भांडवल घालू शकत नाहीत. ही स्वस्त आहे शस्त्रसामुग्री. एक मदत म्हणून निर्धन देशांनी यांचा स्वीकार केला. पण ही शस्त्रे मोठ्या युद्धांमध्येही तशी उपयोगाची नाहीत. युद्धात त्यांची निरर्थकता कळून चुकली आहे. पण या सगळ्या देवघेवीत हे कुणाच्या लक्षात आलं नाही की व्यक्ती या शस्त्रांचा व्यक्तिगत रूपात उपयोग करू शकतात. इथूनच आतंकवादाचा जन्म झाला. एका भस्मासुराचा उदय झाला. आता या दहशतवाद्यांजवळ एक अद्‌भुत शक्ती आहे. महाशक्तिमान देशांहून मोठी शक्ती! दहशतवादी व्हाईट हाऊसवरसुद्धा बॉम्ब फेकू शकतो. तुमच्याजवळची विनाशकारी ॲटॉमिक मिसाईल काही तुम्ही त्याच्यावर फेकू शकत नाही! तुम्हीच विकलेली हत्यारं घेऊन दहशतवाद फोफावला. मानवी मनोव्यापार लक्षात न घेतल्याने हे अरिष्ट उभं झालं.

मी जे काही पाहिलं, जे काही मला आकलन झालं त्यावरून मला असं वाटतं, की माणसाला दर दहा–बारा वर्षांनी युद्ध हवं असतं. इतकी हिंसा, इतका क्रोध तो एकत्र करीत असतो की युद्धाहून कमी असं काही पुरेसं होत नाही. म्हणून दर दहा–पंधरा वर्षांनी युद्ध हे ठेवलेलंच असतं. दहा–पंधरा वर्षांच हे अंतर म्हणजे एक तऱ्हेची विश्रांती! परत तुम्ही ते सगळं एकत्र करू लागता. कारण मानसिकता तीच असते. तीच हिंसा तीच ईर्षा! आदीबंधात्मकरीत्या मनुष्य एक शिकारी आहे. नैसर्गिकरीत्या तो शाकाहारी नाही. हजारो वर्षे तो मांसाहारी होता. तेव्हा नरभक्षण सर्वत्र पसरलेलं होतं. ज्या कबील्याशी

भांडण असे, त्यातल्या माणसांना पकडून त्यांचं भक्षण करणं पूर्णपणे नीतिसंगत होतं. या साऱ्या गोष्टी माणसाच्या जाणिवेत खोल कुठेतरी रूतून बसल्या आहेत.

त्यातच विविध धर्मांनी मनुष्यावर अत्यंत उथळ गोष्टी लादल्या आहेत. पण त्याची अबोध चेतना त्याच्याशी सहमत नाही. म्हणून जेव्हा केव्हा त्याला संधी मिळते तेव्हा काही सुंदर ध्येय, स्वतंत्रता, लोकशाहीसारख्या सुंदर संकल्पना – खरं तर कोणत्याही सुंदर शब्दाचा या जाणिवेतील कुरूप गोष्टींसाठी तो छत्रीसारखा वापर करतो. त्यांना लपवतो. आतून त्याला संहार हवा असतो. विनाशाची मजा अनुभवायची असते.

आता महायुद्धे व्हायची नाहीत. तशी झाली असती तर दहशतवाद पसरला नसता. खरंतर १९६०च्या सुमारास युद्ध कालबद्धतऱ्हेनं व्हायला हवं होतं. माणूस एका परीनं यासाठी प्रशिक्षित असतो. मानसशास्त्रज्ञांना असं आढळून आलं आहे की शांतीच्या कालखंडापेक्षा युद्धाच्या काळात माणूस उत्तेजित आणि प्रसन्न असतो. युद्धकाळात त्याच्या आयुष्यात एक सनसनाटी असते. शांतिकाळात तो कंटाळतो. युद्धकाळात अगदी भल्या पहाटे तो वर्तमानपत्रे वाचतो, रेडिओ ऐकतो, घटना भलेही दूर घडत असोत, हा उत्तेजित होतो. आतून स्वत:ला त्या हिंसेशी जोडत असतो.

कालसंबंधी असे जे युद्ध १९६०च्या आसपास व्हायचं ते झालं नाही. आणि संहाराच्या विनाशाच्या इच्छेचं ओझं वाढत चाललंय. मात्र यासाठी तो छानपैकी नांवे शोधून काढण्याचा प्रयत्न करतोय.

म्हणूनच मी म्हणतो की दहशतवाद वाढत जाणार आहे कारण तिसरं महायुद्ध ही अशक्यप्राय घटना आहे. आणि आपल्या मूढ राजकारण्यांकडे तिसरा पर्याय नाही. दहशतवादाचा हा साधा सरळ अर्थ आहे. पहिल्यांदा राष्ट्राराष्ट्रांमध्ये जे सामाजिक स्तरावर व्हायचं ते आता व्यक्तिगत स्तरावर होणार आहे. त्याचा विकास होणार आहे. जर आपण मनुष्याच्या जाणिवेतला हा हिंसेचा आधार बदलू शकलो तरच दहशतवाद निपटून काढू शकू. ही समस्या हिमालयाएवढी प्रचंड असेल. कारण ज्या लोकांमध्ये परिवर्तन घडवायचं तेच तुमच्याशी लढतील. ते त्यांच्यात सहजासहजी बदल घडवू देणार नाहीत.

या मंडळींना रक्तपाताबद्दल प्रेम आहे. आणि हे सांगण्याची त्यांच्यात हिंमत नाही.

माणसाच्या मुळाशी असलेले हे तळ आपण जोपर्यंत बदलू शकत नाही तोपर्यंत दहशतवाद अधिकाधिक वाढत राहील. रोजच्या रोज घडणारी दैनंदिन घटना बनेल. दहशतवाद विमानात घडेल, बसमध्ये होईल, मोटरगाड्यांमध्ये होईल अगदी अपरिचितांची सुद्धा सर्रास हिंसा होईल. अचानक कुणी तरी येईल आणि कुणालाही उडवेल. त्या कुणीतरी या दहशतवाद्याचं काही नुकसान केलंय का, त्याचं काही बिघडवलंय असंही नसेल. फक्त माणसातला तो आदीम शिकारी परतून आलाय हाच त्याचा अर्थ.

हा शिकारी युद्धामुळे संतुष्ट असे. आता मोठी युद्धे थांबली. होणारही नाहीत

यापुढे! शिकारी तर परत आलाय आणि सामूहिक स्वरूपात त्याला लढता येत नाही. मग हे असंच घडणार. आपल्या आत कोंडलेली वाफ बाहेर काढायला अजाणता व्यक्तिगत पातळीवर हिंसाचार सुरू होणार.

साऱ्या घटना अंतरात्म्याशी संबंधित असतात. अगदी पहिल्यांदा काय करायला हवं तर माणसाला अधिक आनंदी बनवायला हवं. त्याच्या आनंदाची हत्या सगळ्याच धर्मांनी केली आहे. खरे हत्यारे कधी पकडले गेलेले नाहीत.

हे दहशतवादी, हे हिंसाचारी सारेजण शिकार झालेले आहेत. खरे अपराधी कर्मकांडात बुडालेले धर्म आहेत. त्यांनी आनंदित होण्याच्या साऱ्या शक्यता मारून टाकल्या. जीवनात लहान लहान गोष्टींनी आनंदित होण्याची शक्यता संपवून टाकली. निसर्गानं तुम्हाला प्रसन्न व्हायला, उत्साहित व्हायला, आतून आनंद उमलून यायला ज्या गोष्टी बहाल केल्या, त्या साऱ्या या धर्मांनी धुत्कारल्या.

सारं काही त्यांनी तुमच्याकडून हिसकावून घेतलं; पण जैविक पातळीवर रुजलेल्या गोष्टी काही ते नष्ट करू शकले नाहीत. कामप्रेरणा, अस्तित्व टिकून राहण्याची जी प्रबल प्रेरणा आहे, ती ते नष्ट करू शकले नाहीत. मग त्यांनी त्यात विष कालवलं.

फ्रेड्रिक नित्शे हा पाश्चात्य जगातला फार मोठा तत्त्ववेत्ता होऊन गेला. एखाद्या समस्येच्या थेट मुळापर्यंत जाण्याची त्याची ताकद होती. इतकी तीव्र बुद्धिमत्ता आणि विश्लेषण शक्ती मूठभर लोकांकडे सुद्धा नव्हती. खरा मार्गदर्शक मिळत नव्हता. माणसं जगत राहिली एकटी, दूर लोटलेली, वेगळी पडलेली, निष्प्रेम, कोरडी शुष्क, आदररहित.

नित्शे असं म्हणतो की, धर्मांनी मनुष्याला कामप्रेरणेचा त्याग करायला शिकवायचा प्रयत्न केला. माणसानं तसं वागायचा प्रयत्न केला पण त्यात त्याला यश मिळणं अशक्य होतं. कारण ही गोष्ट त्याच्या पेशीचेतनेतच सामावलेली आहे. त्याचं अस्तित्व त्यातून निर्मित झालेलं आहे.

माणसाचे कामापासून पूर्ण मुक्त होण्याचे प्रयत्न चुकीच्या दिशेनं चालले होते. या ऊर्जेपासून मुक्ती नसते, तिची दिशा, तिचं कार्य बदलता येतं हे धर्मांनी शिकवलं नाही. त्यांनी हजारो नीतिनियम तेवढे लादले. त्यांतून काय निष्पन्न झालं? कामप्रवृत्ती तीच आहे पण आता ती विषारी झाली आहे. 'विषारी' या शब्दामागे एक अंतर्दृष्टी आहे. धर्म कामाला नष्ट करू शकला नाही पण विषारी करण्याचं काम केलं.

आणखी एक गोष्ट आहे. तुमच्या सुखसोयींवरदेखील धर्मानं हल्ला चढवला. नीट सोयींसह आणि सुस्थितीत रहात असलेला माणूस समाधानी असण्याची शक्यता वाढते. तितकी ती दहशतवादी बनण्याची शक्यता कमी होते. धर्मांनी समृद्धीची निर्भर्त्सना केली आणि निर्धनतेची सातत्यानं प्रशंसा केली त्यामुळे हे असे धार्मिकदृष्ट्या आशीर्वादित कठोर, निर्धन लोकच दहशतवादी होऊ शकतात. समाजानं त्यांच्याकडून काही अपेक्षा करावी, देण्यातला आनंद अनुभवावा असं त्यांच्याकडे काही उरलेलं नसतं. कठोरता आणि रूक्षतेमुळे प्रेमही अंकुरित झालेलं नसतं. साऱ्या समाजाविरुद्ध त्यांच्या मनात संताप खदखदत असतो. कारण इतरांजवळ असतं ते त्यांच्याजवळ नसतं.

या साऱ्या परिस्थितीत साम्यवादाचा उदय झाला. तो खुद्द इहवादी धर्मच बनला. त्यानं लोकांना धर्माविरुद्ध भडकवलं. पण कसं? साम्यवादाने सांगितले तुमचे पुराणे धर्म म्हणजे अफू आहे. त्यांनी तुम्हाला गुंगीत ठेवलं आहे. तुमचा गरिबीचा भोग हे या किंवा गतजन्मीच्या कर्माची फळे नव्हेत. उच्चवर्गीय, वैभवसंपन्न, सत्ता भोगणाऱ्या लोकांनी केलेल्या सैतानी शोषणाचा हा परिणाम आहे. यामुळे तुम्ही वेदना आणि दुःख भोगता. कार्ल मार्क्सच्या साम्यवादाच्या जाहीरनाम्याचं पहिलं वचन असं आहे की, 'जगातल्या कामगारांनो एक व्हा. तुमच्याजवळ गमावण्यासारखं काही नाही. पण मिळवण्यासाठी सारं जग (संपन्नतेने भरलेलं) पुढे खुलं आहे.

आधीच तुम्ही निर्धन, भुके, नंगे आहात. आता कुणी तुमची हिंसा करावी असं

tumच्याकडे काय आहे? तुमच्या आयुष्यानं ज्या यातना तुम्हाला दिल्या त्याहून अधिक यातना मृत्यू देऊ शकत नाही ना? मग भीती कसली? तुमचं सारं हिसकावणाऱ्या लोकांना नष्ट करण्याची संधी तुम्ही का घेऊ नये? तुमच्याकडून हिसकावलं गेलेलं तुम्ही परत हिसकावून घ्या आणि आपसात वाटून घ्या.'

पुराण्या धर्मांनी लोकांना एक प्रकारच्या भ्रमात ठेवलं होतं. ते अनुचित, कुटिल, असत्य असेल. पण त्यामुळे लोक अर्धनिद्रिस्त अवस्थेत होते. साम्यवादाने अचानक गमावलेल्या गोष्टींची जाणीव करून दिली. माणसाच्या अंतर्यामात या तऱ्हेने सडक्या, कुजक्या विचारांचं जे रोपण झालेलं आहे ते तण उपटून आपण फेकून देत नाही तोवर मनुष्य शांतीने जगू शकत नाही.

जुन्या धर्मातले ते कर्मकांडाचे विचार दूर सारले पाहिजेत. जे माणसाचा आनंद, प्रसन्नता हिरावून घेतात. साम्यवाद लोकांसमोर जे वास्तव ठेवू इच्छितो ते किती मर्यादेपर्यंत स्वीकारायचं त्याचा विचार करायला हवा. सरळ जुने धर्म सोडून ही नवी मूल्ये अंगिकारताना केवळ एका जाळ्यातून निघून दुसऱ्या जाळ्यात फशी पडल्यासारखं होईल. कोणत्याही दोन व्यक्ती संपूर्णत: समान असू शकत नाहीत. संपूर्ण समानता अशक्य आहे. मालकांची दादागिरी जाऊन मजुरांची झुंडशाही (किंवा त्यांच्या नावावर केलेली स्वातंत्र्याची गळचेपी) स्वीकारावी लागेल. म्हणजेच शेवटी अर्थ असा की तुम्ही कशाला तरी शरण जाऊन आपलं विचारस्वातंत्र्य गमवायचं! आधी देवळं, मग पंडित-पुजारी मग साम्यवाद! कुणीकडून का होईना तुमचं स्वातंत्र्य ओरबाडलं जातं.

स्वातंत्र्याशिवाय आनंद लाभूच शकत नाही. त्या परिस्थितीत तुम्ही भीतीचं जिणं जगता, आनंदाचं नव्हे.

जर आपण माणसाच्या मनाच्या मुळातला, नेणिवेतला तळ स्वच्छ करू शकलो तर... माझं कार्य तेच आहे... हा तळ आपण स्वच्छ करू शकतो.

दहशतवाद बॉम्बमध्ये नाही, तुमच्या हातांमध्ये नाही, तो तुमच्या नेणिवेत दडून बसलाय. पार तळाला जाऊन बसलाय. तो हाकलून काढायला हवा. नाहीतर परिस्थिती आणखी कठीण होत जाईल. आता सध्याच असं दिसतंय की आंधळ्या लोकांच्या हाती बॉम्ब पडले आहेत आणि ते अंदाधुंदपणे कुठेही बॉम्ब फेकत आहेत.

तिसरं विश्वयुद्ध झालं असतं तर कदाचित् लोक दहा-पंधरा वर्षे तरी शांत राहिले असते. त्यांच्यातला क्रोध, हिंसा याचा बोजा हलका झाला असता. पण परिस्थिती अशी आहे की आता विश्वयुद्ध होऊच शकत नाही. कारण सर्वजण जाणून आहेत, आता युद्ध म्हणजे सर्वनाश!

म्हणून व्यक्तिगत हिंसा वाढते आहे. वाढत राहणार आहे आणि सरकारे जुनेच उतारे लागू करीत आहेत. आज गरज आहे आपल्या मनाचा तळ धुंडाळण्याची. आपल्या नेणिवेतल्या इच्छा समजून घेण्याची. आणि ध्यान करून व हिंसक इच्छा दूर करून आपल्या ऊर्जेचं उदात्तीकरण करण्याची. यामुळे मग मनुष्याची पाशवी तळतळ शांत होईल. त्याला थंडावा लाभेल. मौनाच्या नव्या दृष्टिकोनातून तो जगाकडे निर्मळपणे पाहू शकेल.

(ओशो इंटरनॅशनल फाऊंडेशन यांच्या सौजन्याने.)

– भगवान रजनीश

■

ओशो रजनीश

- ख्यातनाम तत्त्वज्ञ व आध्यात्मिक गुरू.
- ध्यान हा माणसाच्या अनेक समस्यांवर प्रभावी उपाय असून ध्यान अंतिम मुक्तीकडे नेते, या विचारांवर त्यांच्या शिकवणीची उभारणी झाली आहे. ओशोंनी ध्यानाचे अनेक प्रकार शोधून त्यानुसार संन्यासदीक्षा आपल्या शिष्यांना दिली.
- त्यांच्या शिकवणुकीत अध्यात्म व मानसशास्त्र यांचा अजोड संगम आहे. त्यांच्या तर्कशुद्ध, अभ्यासपूर्ण तरीही सामान्य माणसाला आकलन होईल अशा प्रवचनांनी त्यांना जगभर शिष्य लाभले.
- त्यांच्या प्रवचनाच्या कॅसेट्स, सीडीज्, पुस्तके जगाच्या कानाकोपऱ्यात अनेक भाषांमधून उपलब्ध. ओशोंचा मृत्यू झाला तरीही त्यांच्या पुस्तकांसाठी वा इतर साहित्यासाठी संपर्क –

संपर्क : माँ अमृत साधना
फोन : २६१२८५६२ / ६६०१९९४०

दहशतवाद

दहशतवाद हे सद्य:स्थितीत मानवनिर्मित जागतिक संकट आहे असं मानलं जातं. दहशत म्हणजे काय? दहशतवाद म्हणजे काय? त्यांचे काय परिणाम होतात? त्यांचा मुकाबला कसा करता येईल? आपल्या देशात या दहशतवादाचं स्वरूप कसं आहे? या गोष्टींचा आपण सर्वांनी आता विचार करायला हवा.

मुळात दहशत म्हणजे काय? आम्ही सांगू तसं वागा. आम्ही म्हणू ते करा नाहीतर फार वाईट परिणाम भोगावे लागतील अशी व्यक्तीला किंवा समूहाला, समाजाला भीती घातली जाते. त्यासाठी घातपात, प्राणघातक हल्ले, रक्तपात, सामुदायिक कत्तल असे अनेक प्रकार अवलंबिले जातात. किंवा मग आमचं अमुक एक साध्य आहे ते आम्ही मिळवणार. त्या मार्गात तुम्ही आडवे आलात तर कापून काढल्याशिवाय राहणार नाही. सगळं उद्‌ध्वस्त करून सोडू अशा निश्चयाने व्यक्ती अथवा गट आपलं कार्य करतांना समाजात बहुधा हिंसक मार्गाने भीती पसरवतात. ती दहशत असते. चंबळच्या डाकूंनी दहशत पसरवून तिथला समाज वेठीला धरला होता.

दहशतवाद हा तात्त्विक विचारधारा किंवा 'इझम' या अर्थी वाद नव्हेच. गांधीवाद पर्यावरणवाद वगैरे अर्थी आपण 'वाद' हा शब्द वापरतो तो दहशतवादाला लागू होत नाही. दहशतवाद हा एखाद्या पंथाने पुरस्कारलेला आचारवाद असतो. त्यांची बहुतेक वेळा एक पायाभूत धारणा अशी असते की, कोणताही कायदा किंवा शासन अन्याय्य असतं. त्यापासून मुक्ती हवी. कायदा आणि शासन हे आक्रमक असून ते सामाजिक परिस्थिती बिघडविण्याचं कार्य करतात. तेव्हा हे अन्याय्य शासन आम्हाला नको. या मंडळींना अराजकवादी असंही म्हटलं जातं. मग सामाजिक व्यवस्था कशी राहणार असा प्रश्न साहजिकच उद्‌भवतो. त्यावर या मंडळींचं असं उत्तर असतं की समाजातील लोक स्वतंत्रपणे नीट राहतील, स्वेच्छेने शिस्तपालन करतील. पण या सर्वात विरोधाभास असा की या मंडळींचे स्वत:चे अलिखित नियम आणि कायदे असतातच. अराजकतावादी

हे दहशतवादींचे पुर्वसूरी म्हटले पाहिजेत. भारताच्या संदर्भात विचार करता १९व्या शतकाच्या अखेरीस बंगालची फाळणी झाल्यावर त्या अन्यायाविरुद्ध उद्रेक झाला. ती जुलमी राजवट उलथून टाकण्यासाठी अनेक क्रांतिकारकांनी लढा उभारला. तो हिंसक होता. बॅ. सावरकरांनी अनेकांना शस्त्रास्त्रे चालविण्याचे प्रशिक्षण दिले. १८९७ साली चापेकर बंधूंनी रॅन्डचा खून केला. वासुदेव बळवंत फडकेही हिंसक क्रांतीच्या मार्गाने लढत होते. राजगुरू, भगतसिंग, सुखदेव सगळ्यांचा त्या मार्गावर विश्वास होता. जुलमी राजवटीतून ह्या देशाची सुटका करणे, त्यांचे कायदे कानून न जुमानणे हे त्यांचे ध्येय होते. आपल्या समाजाच्या लेखी ते सारे क्रांतिवीर होते आणि मरणोत्तर आपण त्यांना हुतात्मा म्हणून गौरविले. पण ब्रिटिश सरकारच्या लेखी ते दहशतवादी होते. अलगतावादी काश्मीरी तरुणांनीसुद्धा स्वतंत्र काश्मीर हवे म्हणून मूलत: चळवळ सुरू झाली. पुढे तिला धार्मिक रंग दिला गेला त्यांना सीमेपारच्या मंडळींनी कब्जात घेऊन दहशतयुद्धाचे रीतसर प्रशिक्षण दिले तो भाग पुढचा! आपल्याकडे महात्मा गांधींनी पुढे सामुदायिक लढा सुरू केला आणि हिंसक क्रांतीपासून बऱ्याचजणांना परावृत्त केले. सशस्त्र लढा उभारणं; घातपात, हिंसा घडवणं, सरकारी खजिन्याची लूट करणं हा मार्ग अनेकांना सयुक्तिक वाटत होता. तरी गांधीजींच्या चळवळीमुळे त्याला ओहोटी लागली.

अबल लोकांनी सबल लोकांविरुद्ध केलेला उठाव असंही दहशतवादाचं एक स्पष्टीकरण मांडलं जातं. हा उठाव बहुतेक वेळा लोकशाही राज्यपद्धतीत होऊ शकतो. हुकूमशाही पद्धतीत चळवळ ताबडतोब दडपून टाकली जाते. दहशतवादी इसमाला पकडून ठार केले जाते. लोकशाहीत रीतसर संस्था स्थापन करणं, वेगळ्या ध्येयधोरणाचा बुरखा चढवणं, चळवळ हाती घेणं, गुप्तपणे लोकसंग्रह, संघटन, हत्यारं, मग राजसत्तेशी दोन हात अशा तऱ्हेने दहशतवादी संघटना काम करू लागतात. आपल्याकडे नक्षलवादी चळवळ हे याचं उदाहरण. कमालीची आर्थिक विषमता आणि गरीब, अशिक्षित लोकांचं शोषण या अन्यायाविरुद्ध ही चळवळ उभी राहिली. बिहार, तेलंगण, महाराष्ट्र, मध्यप्रदेश अशी सर्वत्र ती पसरली.

काश्मीरचा दहशतवाद थोडा वेगळा आहे. अलगवादी संघटनांनी स्वायत्ततेसाठी सशस्त्र चळवळ उभारली. त्याला पाकिस्तानातून खतपाणी मिळू लागलं. रीतसर प्रशिक्षण मिळू लागलं. पाकिस्तानच्या माध्यमातून मध्यपूर्वेतील देशांनीही आर्थिक मदत पुरविली. नैतिक पाठिंबा दिला आणि दहशतवाद तीव्र केला. त्यात परत काश्मीरी लोकांना काश्मीर स्वतंत्र हवं आहे तर पाकिस्तानला काश्मीर हा त्यांचाच भूभाग आहे असे वाटते.

आपल्याकडे ईशान्य भारतात दहशतवाद सुरू झाला. नागालँडचा झगडा आणि 'लालडेंगा' ची चळवळ

सगळ्यांच्या लक्षात असावी. पंजाबमध्ये दहशतवाद फोफावला. त्यातच इंदिरा गांधीचा मृत्यू झाला. हजारो नागरिक मृत्युमुखी पडले सार्वजनिक मालमत्तेचं मोठं नुकसान झालं. पंजाबमधील दहशतवादाला परमुलखातील शिखांकडून खतपाणी मिळालं. पैसे मिळाले. त्यात कोणाकोणाचे अनेक तऱ्हेचे हितसंबंध गुंतलेले होते. त्याला प्रांतवाद आणि धार्मिकवादाचा रंग चढवला गेला.

आसाममध्ये प्रांतवाद, संस्कृतीची अस्मिता यामुळे उल्फा संघटना जन्माला आली. त्यांच्या मते बंगाली लोक आसामात घुसले. (पुढे बांगलादेशीही घुसले). त्यांनी महत्त्वाच्या नोकऱ्या बळकावल्या, व्यापार ताब्यात घेतले. आसामी दूर भिरकावले. सगळीकडे बंगाल्यांचं वर्चस्व आहे. ते 'आपली' माणसं आणून सगळीकडे घुसवतात. आसामी स्थानिकांवर अन्याय होतो. आता तर बांगलादेशी नोकऱ्या, घरे बळकावत आहेत. ही परिस्थिती बदलण्यासाठी उल्फाने दहशतवादी मार्ग स्वीकारला आहे. जगभरात विविध देशांमध्ये अशा दहशतवादी चळवळी होत्या – आहेत. ग्रेट ब्रिटनमधली आयर्लंडची सशस्त्र चळवळ कित्येक दिवस धगधगत होती. रशियात चेचेन्यांनी उठाव केला.

सध्या सगळ्या जगाला भेडसावणाऱ्या दहशतवादाची सुरुवात साधारणपणे अरब इस्त्राएल युद्धापासून झाली. इस्त्राएलला पाश्चिमात्य राष्ट्रांचा पाठिंबा होता. आपला भूभाग अन्यायाने बळकावल्याची अरबांची भावना असल्याने 'हमास' या संघटनेचा जन्म झाला. तिथून दहशतवादाची विविध रूपे प्रकट होऊ लागली.

आता दहशतवादाची रूपे अक्राळविक्राळ झाली आहेत. त्यात अनेक हितसंबंधांची गुंतागुंतही असते. आज दहशतवाद नाही असा देश क्वचितच आढळेल. चीनसारख्या राष्ट्रातही धार्मिक दहशतवाद डोके वर काढू लागला आहे. धार्मिक दहशतवादाला कारणपरत्वे मुस्लीम दहशतवादाचं नावं मिळालं. सामान्य मुस्लीम लोक याचा इन्कार करतात. आमच्या धर्मात निरपराधांचा जीव घ्यावा, हल्ले करावेत, हत्या, रक्तपात करावा असं काहीही नाही. आम्हाला 'अमन' हवं आहे. असं ते म्हणतात.

आज मुस्लीम दहशतवादींच्या अनेक संघटना आहेत. (त्या स्वत:ला दहशतवादी समजत नाहीत. त्या न्यायासाठी आणि धर्मासाठी लढतात असा त्यांचा दावा असतो.) इंडियन मुजाहिदिन, सिमी, लष्कर ए तोयबा, अशी नावं आपल्याला सहज आठवतात. तालिबान ही यांपैकी सर्वात मोठी संघटना. या सर्व संघटनांचे आपसात लागेबांधे असतात.

म्हणजे या संघटनांची एक शिखर संघटना आणि मग त्यांचं सुस्थित जाळं आहे का? या प्रश्नावर श्री. नार्वेकर म्हणाले की, अशातऱ्हेची शिस्तबद्ध रचना नसली तरी त्यांचे

आपसात संबंध आणि सहकार्य असतं. प्रत्येक संघटना आपापली दाखवायची ध्येयधोरणे वेगळी आणि अंत:स्थ कारवाया, कारस्थाने वेगळी अशा तऱ्हेने काम करीत असली तरी ह्या कारवायांसाठी एकमेकांकडून मदत घेतली जाते. उल्फा दहशतवाद्यांना बांगलादेशी दहशतवादी आश्रय देतात. तेलंगण चळवळीला मुस्लीम दहशतवाद्यांकडून शस्त्रास्त्रपुरवठा होऊ शकतो. काम करणाऱ्या कित्येक लोकांना आपण कुणासाठी काम करतो आहोत याचा पत्ता नसतो. आपल्याकडे हातावर पोट असलेले कित्येक गरीब लोक आहेत. त्यांना आपण कसली ने आण करतो हे माहीत नसतं. स्फोटांसाठी आरडीएक्स किनाऱ्यावर उतरवलं तेव्हा त्या सामानात आरडीएक्स असेल असं उतरवणाऱ्यांना, ट्रकने वाहून नेणाऱ्यांना कल्पनाही नसेल. ह्या हमालीचे वा वाहतुकीचे इतके पैसे मिळाले. आपला दिवस निभला. इतकीच त्यांची काम करण्याची भूमिका असते. स्फोट होऊन गेल्यावर आपल्या हातून कोणतं काम अजाणता घडलं त्याचं गांभीर्य लक्षात आलं तरी उपयोग काय? कित्येकदा तर देशभक्ती म्हणजे काय याची खबरबात त्यांना नसते. आपल्या देशाच्या सीमा कोणत्या याबद्दल त्यांना माहिती नसते. ह्या मंडळींकडून अशी कामं करून घेणं दहशतवाद्यांना सुलभ होतं. (ह्या वेळी 'कुबेर'च्या तांडेलकडून काही माहिती बाहेर जाऊ नये म्हणून त्याला ठार मारून टाकलं होतं. अशा तऱ्हेने कुणाकुणाचा काटा काढला जात असेल त्याचा ही पत्ता लागणं कठीण असतं.)

इथे थोडं विषयांतर करून आणखी एक गोष्ट नमूद करावीशी वाटते. आपल्याकडे ईशान्य भारत, काश्मीर वगैरे ठिकाणी मूलत: या चळवळी सुरू झाल्या कारण त्या प्रदेशांना, 'आपण वेगळे पडलो आहोत, राष्ट्राचं आपल्याकडे लक्ष नाही, आपण विकासांपासून वंचित आहोत' असं वाटू लागलं होतं. आपण जर या राष्ट्राचे घटक म्हणून सन्मानाने वागवले जात नसू, आपले न्याय्य हक्क आपल्याला मिळत नसतील तर स्वतंत्र होणं अधिक श्रेयस्कर अशी चळवळीमागची मूळ धारणा होती. कुठल्या प्रदेशातून किती संसद सदस्य येतात त्यानुसार त्या प्रदेशाकडे सतत लक्ष पुरवायचं, लाड करायचे या राज्यकर्त्यांच्या धोरणाचा हा वाईट परिणाम होता, हे यापुढील राज्यकर्त्यांनी सतत ध्यानी धरायला हवे.

आपल्या देशात पाकिस्तानच्या पाठिंब्यावर दहशतवादी कारवाया काश्मीरपासून सुरू झाल्या त्या मग पुढे देशभर कां पसरल्या, हा प्रवास कसा घडला त्याचा वेध घेताना श्री. नार्वेकर म्हणाले काश्मीरचा प्रश्न आपण पाहिला तसा भौगोलिक, राजकीय होता. आपण राष्ट्राच्या प्रवाहात सामील नाही आपला विकास होत नाही असं तिथल्या जनतेला वाटत होतं. स्वतंत्र काश्मीरीयत, स्वातंत्र्य, सत्ता यांसाठी काही काश्मीरी नेत्यांनी प्रयत्न सुरू केले

होते. त्यामुळे अस्वस्थपणा, लढे वगैरे चालू होते. पाकिस्तानला अर्थात ही संधी होती. त्यांच्या मते काश्मीर हा त्यांच्या राष्ट्राचा भाग आहे. तो आधी भारतापासून तोडायचा मग त्याच्यावर ताबा घ्यायचं कारस्थान करण्याकरता त्यांना संधी होती. त्यासाठी संघटनांनी त्यांच्याशी आधी धार्मिक बंधुत्वाचं संधान बांधलं. त्यांना आणखी भडकवण्याचं काम सुरू केलं. नंतर रीतसर इथली अजाण मुलं नेऊन त्यांना पाकव्याप्त काश्मीरमधील शिबिरांमधे दहशतवादाचे शिक्षण देणं सुरू झालं. शस्त्रास्त्रे पुरवली जाऊ लागली. शस्त्रास्त्रांसाठी पैसा हवा. एकंदरच दहशतवादी ट्रेनिंग कॅम्प, हल्ले, त्यातील तरुणांना देण्यात येणारा पैसा सर्वांची सोय लावायची म्हणून मादक पदार्थांची ने आण, विक्री, बँकावरचे दरोडे, परदेशी विशेषत: अमेरिकन मदतीतील मोठ्या भागाची उचल असे अनेक मार्ग आता सर्वज्ञात झाले आहेत. पाकिस्तानी संघटनांच्या ताब्यात या चळवळीची सूत्रे गेल्यावर तिला धार्मिक रंगही चढवला. हा लढा म्हणजे जिहाद ठरला. कट्टर धर्मवादाचे शिक्षणही या शिबिरांमधून देण्यात येऊ लागले. मुजाहिदिनांची फौज तयार होऊ लागली. फिदायीन (आत्मघाती) लोकांची पथके तयार झाली. काश्मीरसाठी, मुस्लीम धर्मासाठी लढण्यासाठी माथी भडकवण्याचं रीतसर कार्य सुरू झालं. त्यात लष्कर ए तोयबा सारख्या संघटनांबरोबर पाकिस्तानी लष्कर व आय.एस्.आय. सामील होत्या. भारताबरोबर युद्धे हरणाऱ्या पाकिस्तानी लष्कराला एकप्रकारे ह्या तऱ्हेने आक्रमणाचं समाधान मिळत होते.

कुठलीही चळवळ स्थानिकांच्या सक्रिय सहकार्याशिवाय यशस्वी होत नाही. त्या काळात काश्मीरी जनतेकडून या सर्व दहशतवादाला अंतर्गत सहकार्य होते. पण अगदी कारगिल युद्धापर्यंत भारतीय लष्कराने फार मोठी कामगिरी बजावत तेथील दहशतवादाचा मुकाबला चालू ठेवला. स्थानिक जनतेच्या रोजीरोटीवर या परिस्थितीचा प्रभाव पडला. पर्यटन मोडकळीला आलं. दीर्घकालीन दहशतवादाचे परिणाम भोगणारी जनता त्यापासून हळूहळू दूर जाऊ लागली. अखेर देशात अन्यत्र दहशतवादी हल्ले पाकिस्तान करीत असताना काश्मीरी जनतेने मात्र दोन हजार आठ साली उत्तम तऱ्हेने मतदान करून आपले नेते निवडून दिले. स्थानिक जनता सजग होणं अत्यंत महत्वाचं असतं. दहशतवाद आटोक्यात आणताना जनतेचा प्रत्येक पातळीवर सहभाग गरजेचा असतो.

या देशात हिंदु मुस्लीम दंगे खूप आधीपासून घडत आले. पण त्याचे रूपांतर दहशतवादी हल्ल्यांमधे कधी झालं नव्हते. दंगे होत. पण ते लोण फार पसरत नसे. काही दिवसांनी गोष्टी पूर्ववत होत. पण प्रखर हिंदुत्ववादाचा उदय झाला. आपल्या देशात ऐंशी टक्के हिंदू असताना हिंदूंना असुरक्षित वाटण्याचं कारण नाही किंवा त्याला मुद्दाम

धारदार करण्याची गरज नाही. एल्. के. अडवाणींनी सोमनाथ रथयात्रा केली. स्वाभिमान जागरणयात्रा घडवून आणली गेली. स्वाभिमान जागृती उत्तमच असते. पण तो जागृत करताना त्याला मर्यादा हवी. तो हाताबाहेर गेला तर माजवाद होऊ शकतो. हे आमचे राष्ट्र आहे. इतर धर्मीय इथे उपरे आहेत अशी हवा निर्माण होणं धोक्याच असतं. बाबरी मशीद कांड घडलं. इथल्या मुस्लिमांच्या भावना भडकवण्यासाठी ते आयतं कोलीत ठरलं. आजपर्यंत अन्य मुस्लीमधर्मीय राष्ट्रांचं इकडे फारसं लक्ष नव्हतं, ते लक्ष गेलं. इथल्या मुस्लीम दहशतवाद्यांच्या कारवायांना धार चढली. जगातील मुस्लिमांनी त्यात लक्ष घालायला सुरुवात केली. सौदी, तालिबान वगैरेंशी संपर्क आणि सहायता सुरू केली. सहा डिसेंबर १९९३ला जे बॉम्ब ब्लास्ट झाले ती याची फलश्रुती आहे. त्याची प्रतिक्रिया लगोलग उमटली. दृष्य प्रसारमाध्यमे कित्येकदा गोष्टी भडकपणे दाखवतात. त्याचाही नकळत परिणाम होतो. बॉम्ब ब्लास्ट मुळे हिंदु मुस्लीम विरोध आणि त्यांनी एकमेकांविरुद्ध उभे राहण्याचं चित्र निर्माण झालं, पूर्वी हिंदू दहशतवादी असा काही शब्द नव्हता. मालेगाव प्रकरणाचा तपास अजून पूर्ण झाला नसला तरी तो शब्द प्रचारात आला आहे. हिंदु बजरंग दल सारख्या संघटना कार्यरत झाल्या आहेत आणि सूड घेण्याची एक श्रृंखला तयार होऊ लागली आहे. गोध्रा हत्याकांड, त्यावर गुजरातमधे मुस्लीमविरोधाचा क्षोभ, त्याचा सूड घेण्यासाठी आणखी ब्लास्ट, असं हे चालू झालं होतं.

पाकिस्तानने दहशतवाद्यांच्या प्रशिक्षणाच्या शिबिरांचे जाळे उभारले होतेच. तालिबान वगैरे संघटना अधिक आक्रमक आणि मूलतत्त्ववादी होऊ लागल्या होत्या. त्यांची मदतही मिळत होती. पाकिस्तानी लष्कर आणि आय.एस्.आय.मधले अनेक अधिकारी या संघटनांचे सदस्य होते. तिथलं एकंदर राजकारण भारतविरोधावर चाललेलं असतं. तो एक मोठा प्रश्न राष्ट्रासमोर असल्यासारखी कारवायांची प्रक्रिया चालू असते. त्यांनी भारतावर प्रत्यक्ष आक्रमण करून युद्ध करणं शक्य नव्हतं. तीनदा त्यांना हार पत्करावी लागली होती. पण दहशतवादी हल्ले भारतावर करणं शक्य आहे हे त्यांच्या लक्षात आलं होतं. त्या हल्ल्यांच्या माध्यमातून भारतावर युद्धसदृष्य परिस्थितीची छाया तरळत ठेवायची अशी त्यांची व्यूहरचना तयार झाली. त्यातून भारतात सतत परिस्थिती भडकवायची. हिंदु मुस्लिमांमधे दरी निर्माण करून त्यांना दंगे करायला उद्युक्त करायचं आणि या देशाचा विकास थांबवत शक्यतो मोठ्या देशाचे तुकडे पाडायचे असं त्यांचं एकंदर धोरण होतं. त्यांच्या दहशवादी हल्ल्यांवर नजर टाकली तर हे हल्ले हळू हळू संख्येच्या आणि अधिक नुकसान घडविण्याच्या दृष्टीने वाढत गेलेले दिसतात.

१२ मार्च १९९३	–	मुंबईत सीरीयल बॉम्ब ब्लास्ट.
११ सप्टें. २००१	–	अमेरिकेच्या ट्विन टॉवरवर हल्ला.
१३ डिसेंबर २००१	–	भारताच्या संसदेवर हल्ला. (मानहानी आणि भारताच्या संरक्षण व्यवस्थेचे वाभाडे काढणारा हल्ला.)
२ डिसेंबर २००२	–	घाटकोपर बसमध्ये ब्लास्ट.
२५ ऑगस्ट २००३	–	मुंबईत दोन टॅक्सीजमधे स्फोट.
५ जुलै २००५	–	अयोध्या देवालयावर हल्ला.
२९ ऑगस्ट २००५	–	दिल्लीत तीन बॉम्ब ब्लास्ट.
२८ डिसेंबर २००५	–	बंगलोर इन्स्टिट्यूट ऑफ सायन्सवर हल्ला.
८ सप्टेंबर २००६	–	मालेगाव ब्लास्ट.

अक्षरधाम हल्ला, मुंबई लोकल रेल्वे मधील सीरियल ब्लास्ट, गोध्रा रेल्वे मधील ह्या हल्ल्यांनी देशाला हादरवून सोडले. २००८ साली ह्या हल्ल्यांची संख्या आणि तीव्रता यांनी हद्द गाठली. लो इंटेन्सिटी वॉरची ही व्यूहरचना सफल होत आहे असे पाकिस्तानला कदाचित वाटत असावे.

जानेवारीत	–	रामपूरला ब्लास्ट
१३ मे २००८	–	जयपूरला ठिकठिकाणी ब्लास्ट
२५ जुलै २००८	–	बंगलोरमधे आठ ब्लास्ट.
२६ जुलै २००८	–	अहमदाबाद विस्फोट.
१३/२५ सप्टेंबर	–	दिल्लीमधे स्फोट
२९ सप्टेंबर २००८	–	मोडसा स्फोट
ऑक्टोबर	–	आगरतळा स्फोट
१४ ऑक्टोबर २००८	–	कानपूर
२१ ऑक्टोबर २००८	–	इम्फाळ
२० ऑक्टोबर २००८	–	आसाममध्ये १२ ठिकाणी ब्लास्ट झाले.
२६ नोव्हेंबरला २००८	–	मुंबईमधे सरळ हल्ल्याचे भयानक थैमान झाले.

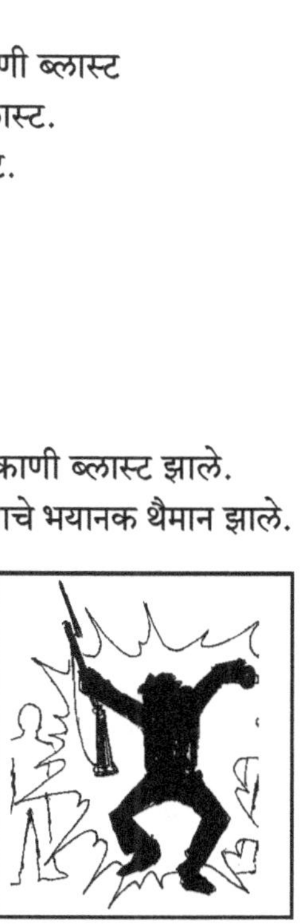

या सर्व हल्ल्यांमधे जवळपास अठराशे लोक मृत्यूमुखी पडले. नुकसान किती झाले त्याची गणती नाही. देशभरात अस्वस्थ, असुरक्षितपणाचे वातावरण पसरले. लोकांमधे क्षोभ हळूहळू वाढत होता. हे स्फोट होत आहेत. देशाला ठिकठिकाणी जखमा होत आहेत पण सरकार ढिम्म आहेत. केंद्र सरकारही आपल्यातच मग्न आहे. त्याविरुद्ध काही ठोस पावले उचलली जात नाही याविषयी हा क्षोभ होता. हिंदु मुस्लीमांमधे दुरावा वाढावा, दंगे व्हावे हे उद्दीष्ट मात्र

सफल झाले नाही. मनोधैर्य खच्ची करावे, प्रचंड घबराट माजावी ही उद्दीष्टेही सफल झाली नाहीत.

आपल्याकडील राजकीय परिस्थिती, सत्तेसाठी हपापलेपणा, राजकारणातील गुंडगिरी, (त्याबद्दल प्रसारमध्यमांमध्ये वाभाडे निघूनही गुन्हेगारी पार्श्वभूमीच्या नेत्यांना अनेक पक्षांनी मानाने तिकीटे दिली. नेतृत्व दिले. गुन्ह्यांकडे डोळेझाकही केली.) खालपर्यंत झिरपत गेलेला भ्रष्ट्राचार, हा करताना देशाचे काय नुकसान होत आहे याबद्दल पूर्ण बेपर्वाई, याबद्दलची इतकी उदाहरणे आपण वेळोवेळी पाहिली आहेत की त्यावर अधिक भाष्याची गरज नाही, सत्ता म्हणजे स्वार्थपूर्तीचे हत्यार समजणारे भ्रष्टाचारी नेते, या सर्वांमुळे दहशतवादाला मोठा हातभार लागत असतो.

आपल्याकडील दहशतवादी हल्ल्यांमध्ये अमेरिकेचा हस्तेपरहस्ते हातभार लागत आला असे म्हटले जाते यात कितपत तथ्य आहे या बाबतीत विस्ताराने बोलतांना श्री. नार्वेकर म्हणाले, या संदर्भात दोनतीन बाबींचा विचार करावा लागेल. पाकिस्तान अमेरिकेचे पहिल्यापासून दोस्त राष्ट्र आहे. तिथे आपला तळ ठेवायला पाकिस्तानने अमेरिकेला परवानगी दिली आहे. अफगाणिस्तानवर काबू ठेवण्यास त्यांना तिथून कार्य करणे शक्य होते. अमेरिकेच्या इतर अनेक गोष्टींमध्ये पाकिस्तानने अमेरिकेला सहकार्य देऊ केले आहे. त्यामुळे पाकिस्तानला झुकते माप देण्याचा अमेरिकेचा कल राहिला आहे. अमेरिकेच्या डॉलर्सच्या मदतीने पाकिस्तान विकास करत आहे का? मदत नेमकी कशासाठी वापरली जाते त्याबाबतीत अमेरिकेने विशेष लक्ष घातले नाही. अमेरिका सध्या एकमेव सुपरपॉवर आहे. सोवियत युनियनच्या विघटनानंतर आपणच सर्व देशांचे नेतृत्व करावे ही अमेरिकेची मनीषा आहे. झपाट्याने विकसित होणाऱ्या भारत, चीन सारख्या देशांकडून तिच्या निरंकुश स्थानाला धक्का लागण्याच्या भविष्यकालीन शक्यतेचा विचार करून भारताच्या विकासाला खीळ बसणाऱ्या काही घटना घडल्या. तिथे उलथापालथ माजली तर बरे, असाही अमेरिकेचा दृष्टिकोन असण्याची शक्यता अनेक राजकीय भाष्यकार मांडतात. अमेरिकेतील हत्यारांच्या व्यापाऱ्यांचाही एकंदर राजकारणावर प्रभाव आहे. त्यांची लॉबी आहे. आशियाई पट्ट्यात त्यांच्या हत्यारांना ग्राहक मिळते. तिथे ग्राहक मिळण्याजोगी परिस्थिती असणं त्यांच्या फायद्याचं असतं.

सौदी अरेबियाशी अमेरिकेने मित्रत्वाचे संबंध आहेत. त्यांच्याकडून अमेरिकेला तेल मिळतं. अमेरिकेकडून त्यांची संरक्षणाची व्यवस्था केली जाते. पुष्कळदा दहशतवादी हल्ल्यांचे प्रयोजन सौदी कडून होत असल्याचे म्हटले जाते. तिथे इस्लामचे कट्टर धार्मिक रूप अस्तित्वात आहे. जनता गरीब आहे. तिच्या मनावर ही शिकवणूक बिंबलेली असते.

खरं तर जे जे पाश्चिमात्य वा अमेरिकन त्याचा एकप्रकारे तिरस्कार, द्वेषच केला जातो. सौदी राजे आणि राजकीय नेते अपार श्रीमंत आहेत. त्यांचे मात्र अमेरिकन राष्ट्राध्यक्षांपासून (जॉर्ज बुश) इतरांशी घनिष्ठ संबंध असल्याचं म्हटलं जातं. त्यामुळे त्यांच्याकरवी दहशतवाद्यांना पैसा पुरविला जातो, तो बंद करणे अमेरिकेला शक्य होईल असे म्हटले जाते. पण अमेरिका तसे करीत नाही कारण मग धार्मिक नेतृत्व व दहशतवादाची सूत्रे इराणच्या हाती जातील व मग सगळेच हातातून सुटेल असे अमेरिकेला वाटत असावे, अशीही शक्यता वर्तविली जाते. ह्या सर्व शक्यता आहेत. दहशतवादाला आज कोणतेही सुसंस्कृत, आणि आपला विकास करू इच्छिणारे राष्ट्र खतपाणी घालत नाही. अमेरिकेने दहशतवादाविरुद्ध सर्वंकष युद्ध पुकारलेले असल्याने दहशतवादाला प्रत्यक्ष मदत अमेरिकेकडून होणार नाही.

दहशतवादी हल्ले विशेषत: २००८ सालच्या अखेरीस मुंबईवर उघडपणे अंदाधुंद फायरिंग करत अनेक निरपराध लोकांचा जीव घेणारा हल्ला यासाठी दोन राजकीय नेत्यांना जबाबदार धरले जाते. त्यांच्या अनास्थेमुळे सुरक्षा यंत्रणांनी वारंवार इशारे देऊन तिकडे दुर्लक्ष केले गेले आणि पूर्वीपासून हे असेच घडत आले आहे, असा सार्वत्रिक आरोप केला जातो. त्याबद्दल बोलतांना श्री नार्वेकर म्हणाले की बॉम्बस्फोटांची गंभीरपणे दखल घेतली गेली नाही. विरोधी पक्ष आणि सरकार दोघांनी दुर्लक्ष केलं. राज्यकर्ते आणि नेते–विरोधी पक्ष सर्वांनी या गोष्टीची युद्धपातळीवर दखल घ्यायला हवी होती. आता मुंबईवरील या शेवटच्या हल्ल्याने जाग आली आहे. तेव्हा सतर्कता सातत्याने बाळगायला हवी. याबाबतील विरोधी पक्षाने हल्ल्यांचे राजकीय भांडवल करायचे आणि विरोधी पक्ष सत्तेवर आला की त्यावेळी हल्ले झाल्यावर त्याकाळी विरोधी बाकांवर बसलेल्यांनी गदारोळ करायचा ही वृत्ती मुळापासून उपटून काढायला हवी. त्या आणिबाणीच्या काळी आपण सगळे आपल्या राष्ट्राचे असतो. राष्ट्र शाबूत राहील तर सत्ता राहील. समाजालाही तसं प्रशिक्षित करावं लागेल. इस्त्राएलमध्ये शाळेत मिलिटरी शिक्षण दिलं जातं. प्रत्येक नागरिक आपत्कालीन स्थितीत सैनिक असतो. राष्ट्रभक्तीचा संस्कार घडायला हवा. हातातोंडाशी गाठ असणाऱ्या साध्या अशिक्षित माणसाला आज आपल्या राष्ट्राच्या सीमासुद्धा माहीत नाहीत. पुढल्या पिढीला स्वातंत्र्य अलगद मिळालेलं आहे. त्यागाची, कष्टाची त्यांना जाण नाही. त्याग करायचे तर ते शेजाऱ्याने! कष्ट काढायचे त्या अमक्यातमक्याने. शिवाजीमहाराज जन्मायला तर हवेत पण ते शेजारच्या घरात. त्यांनी लढावं! इतकी आत्मकेंद्रितता कामाची नाही. राष्ट्रासाठी प्रत्येक व्यक्तीनं थोडंबहुत सोसण्याची तयारी ठेवायला हवी. सर्वसामान्य माणसानेही विचार करायला हवा की, मी या राष्ट्रासाठी काय करू

शकतो? अंधश्रद्धा दूर करू शकतो? प्रौढ शिक्षणात काम करू शकतो? लोकांना काही बाबतीत जागरूक करू शकतो? सलोखा प्रस्थापित करणाऱ्या संघटनेसाठी काम करू शकतो? आपल्या परिसरात पूर्वी कधी न दिसणारा माणूस फिरतांना दिसला तर आपण तिकडे पोलिसांचे लक्ष वेधत नाही. कामावर नोकर ठेवतांना, नवीन भाडेकरू ठेवतांना त्यांची माहिती जवळच्या पोलीस स्टेशनला नोंदवत नाही. एकंदरच आपण तोशीस लावून घेत नाही. बांगलादेशी तरुण स्वस्तात काम करायला तयार होतात म्हणून त्यांना सरळ नोकरीला ठेवलं जातं. बेकायदा या देशात घुसणाऱ्यांना घरं आणि नोकऱ्या कशा मिळतात? रेशनकार्डं कशी मिळतात? यात राजकीय नेत्यांइतकेच भ्रष्टाचारी सर्वसामान्य लोकही जबाबदार आहेत. दहशतवादी हल्ल्यांना स्थानिक लोकांची मदत असल्याशिवाय ते यशस्वी होत नाहीत, हे पुन्हा एकदा या संदर्भात नमूद करायला हवं. अशातऱ्हेने आपल्या वस्तीत संशयास्पद असं कोण वागतंय, गुन्हेगारी वळणावर कोण जातं आहे याची कल्पना आसपासच्या मंडळींना असणारच! पण कुणी त्याबाबत पोलिसांना सांगत नाही. मच्छिमार संघटनेचे नेते श्री. तांडेल यांनी यावेळच्या मुंबई हल्ल्याची अशी माहिती दिल्याचं सांगितलं आहे. त्याची दखल न घेणं अक्षम्य होतं.

आपल्याकडील या हल्ल्यांची तुलना अमेरिकेच्या ९/११/२००१ च्या हल्ल्याशी करून तिकडे ९/११/२००१ नंतर एकही हल्ला झाला नाही याला आपल्या राजकारण्यांचं नाकर्तेपणाचं धोरण आहे असेही म्हटलं जातं. याबाबतीत एक गोष्ट लक्षात घेतली पाहिजे. आपल्या सीमेला लागून पाकिस्तान, बांगलादेश, नेपाळ, सिलोन हे देश आहेत. ह्या देशांमध्ये दहशतवादी तयार होतात. त्यांचं कडं आपल्या देशाभोवती आहे. दहशतवाद्यांचे एकमेकांशी लागेबांधे असतात. ते एकमेकांना मदत करीत असतात. आपल्या सीमांभोवती सर्वत्र कसे संरक्षण उभे करणार? सीमाभागातून दहशतवादी अलगद आत निसटून येतात. (शेवटी ते जलमार्गानेही आले.) सीमाभागातील जनता सतर्क हवी. दहशतवादी हल्ला हा राष्ट्राचा अपमान आहे अशा स्वरूपात सर्वसामान्य अमेरिकनांनी पाहिलं तसं आपण पाहायला हवं. अमेरिकेच्या सीमेला चिकटून दहशतवादी राष्ट्रे नाहीत. अमेरिकेत कुणाला चौकशीसाठी पकडलं तर त्या विरोधात लगेच आरडाओरडा करून सामान्य माणसाला त्रास दिला जातो असा पोलिसांविरुद्ध कांगावा केला जात नाही. सर्व चौकशा नीट करून तर्कशुद्ध निर्णय घेतला जातो. तो सर्व थरावर मान्य केला जातो. आपल्याला दहशतवादाशी मुकाबला करतांना अज्ञान आणि गरिबीशीही लढणं भाग आहे. रोजच्या भाकरीची चिंता करणाऱ्या अडाणी माणसाला कुणी शंभर रुपये देऊन एवढी गोष्ट अमुक ठिकाणी पोहोचव असं सांगितलं तर तो करून मोकळा होतो. ही परिस्थिती तिकडे नाही. आपल्या सीमासुरक्षेबाबत, पोलिस

यंत्रणांबाबत, सैनिक, पोलिस, त्यांना मिळणारं वेतन आणि त्यांची शस्त्रास्त्रे याबाबत सर्वांनीच विचार करायला हवा आहे.

पाकिस्तानात मदरसे चालू आहेत. नवीन तंत्राधारित विज्ञाननिष्ठ शिक्षणाऐवजी तिथे धार्मिक शिक्षण दिलं जातं. तसच आपल्याकडेही इथल्या मदरशांमध्ये घडतं. मदरसे ह्या दहशतवाद्यांच्या कार्यशाळा आहेत असं म्हटलं जातं. त्याबाबतीत सरकारचं धोरण काय असतं याबद्दल बोलतांना श्री. नार्वेकर असं म्हणाले की, या तऱ्हेचा आरोप सरसकट लावता येत नाही. आपल्याकडेही मदरसे धार्मिक शिक्षणासाठी असतात. तिथे शिक्षण फुकट मिळतं म्हणून गरीब मुस्लीम जनता तिकडे वळते. पण मदरशातूनच दहशतवाद फोफावतो असं नव्हे. आधुनिक उच्च शिक्षण घेतलेल्या लोकांनी दहशतवादाची आखणी केली आणि काही हल्ले अशा उच्चशिक्षित तरुणांनी घडवून आणले. मदरशांमधे सर्वसामान्य शिक्षणाचीही व्यवस्था व्हावी आणि त्यावर सरकारची देखरेख राहावी. विज्ञानवादी शिक्षणाकडे कल हवा. धर्माची तोंडओळख देण्याइतपत धार्मिक शिक्षण देणं गैर नाही. पाकिस्तानात मदरशांमधील कडव्या धार्मिक शिक्षणाला प्रोत्साहन दिलं जातं. पाकिस्तानचे राजकारणी, आय.एस.आय. आणि पाकिस्तानी लष्कर यांची शोकांतिका अशी आहे की, त्यांचं काम आपल्या जनतेसाठी न उभारता भारतद्वेषावर उभारलेलं आहे. दारिद्र्य, अशिक्षितता उदंड आहे. पण ते दूर करण्याची राजकीय इच्छा बाळगण्याऐवजी भारतात घातपात कसा माजवायचा याचाच विचार अधिक केला जातो. पण तिथली तरुण पिढी आशादायक आहे. चांगलं वाईट काय याची जाण येणं महत्वाचं असतं. डोळ्यांना झापडं लावून पुढली पिढी घडवली तर तिला कितीही तंत्रशिक्षण, विज्ञानशिक्षण दिलं तरी मूळ संस्कार पुसले जात नाहीत. आपल्याकडे काय बदल घडायला हवा हे पाकिस्तानी तरुणांना हळूहळू कळायला लागलं असलं तरी भारताविरुद्ध युद्ध हा एककलमी कार्यक्रम असणाऱ्या लष्कराचं तिथे वर्चस्व आहे.

सव्वीस नोव्हेंबरच्या मुंबई हल्ल्यात पोलिसांची धाडसी वृत्ती दिसली. पण त्यांच्याकडची शस्त्रास्त्रे आधुनिक नाहीत. मुळात शस्त्रास्त्रं अपुरीच आहेत. पोलीस यंत्रणेतही भ्रष्टाचार आहे. त्यांच्या समस्या आहेत. त्यासंदर्भात बोलतांना श्री. नार्वेकर म्हणाले, पद्धतशीर दहशतवादाशी सामना करण्यासाठी आपली पोलीस यंत्रणा दुबळी, अपुरी, असमर्थ, शस्त्रहीन अशी आहे. पोलिस यंत्रणा सक्षम आणि भरीव हवी याबाबत नागरिकांनी आवाज उठवायला हवा. सरकारने विचार करायला हवा. ही प्राथमिक गोष्ट सर्वमान्य आहे. तरुणांनी पोलिसात जायला हवं. आधुनिक शस्त्रसज्ज, ज्ञानसज्ज असे तरुण पोलिसात भरती व्हायला हवेत. त्यांचे पगार, त्यांच्या राहाण्याची व्यवस्था, प्राथमिक सोयी सुविधा त्यांना हव्यात.

ते प्रश्न समाज आणि सरकारने मिळून सोडवायलाच हवेत. सांताक्रूज ते वांद्रे रस्त्यावर कित्येक दिवस साधे शौचालय नव्हते. तिथे पोलिसांना कित्येकदा चोवीस तासांची ड्यूटी लागत असे. पोलिसांना आधुनिक शस्त्रास्त्रांचे ज्ञान हवे. नवनव्या सुधारणा, नवनव्या दहशतवादी युद्धाच्या व्यूहरचना यासंबंधी छोटे छोटे अभ्यासक्रम हवेत. हेही सर्वमान्यच आहे. फक्त त्यांचे प्रश्न त्यांच्या वतीने जनतेनेही लावून धरून राजकीय नेत्यांवरील दबाव वाढविला पाहिजे. आपल्या पोलिसांमधे जिद्द आहे, शौर्य आहे, कर्तृत्व आहे हे वेळोवेळी सिद्ध होत आलं आहे. पण अपुरं पोलिसदल आणि त्यांनाही मंत्र्यांच्या संरक्षणासाठी ठेवायचं. ह्या त्या सण उत्सवांसाठी बंदोबस्त वाढवायचा. ही परिस्थिती कधी बदलणार? आपल्याकडे सारख्या निवडणूका चालू असतात. त्यांच्यावर वारेमाप खर्च होतो. खर्च कशावर करायचा या संदर्भातले अग्रक्रम आपण कधी बदलणार? पोलीस आणि गुप्तहेर यंत्रणा सक्षम करण्याखेरीज पर्याय नाही. पण या यंत्रणा जोवर राजकारण्यांच्या मुठीत आहेत तोवर त्यांचा वापर कशाकशाला होतो हे सर्वजण जाणतात. पोलीस आणि गुप्तहेर यंत्रणांचे धोरण आखून देण्याचे काम सरकारच्या हातात असते. पण अंमलबजावणी मात्र स्वतंत्र हवी. त्यात कुणीही ढवळाढवळ करू नये. त्यासाठी स्वायत्त, स्वतंत्र, नि:पक्षपाती, राजकीय हस्तक्षेप नसलेली यंत्रणा असली तर ह्या सर्वांची कार्यक्षमता वाढेल. भ्रष्टाचार कमी होईल. त्यांच्यावरील कामाचे ओझे थोडे कमी व्हावे. (पोलीस कित्येकदा आठ आठ दिवस घरी जात नाहीत.) अपुऱ्या पोलीसदलात आणखी भरती व्हायला हवी, त्यांच्या मुलांच्या शिक्षणाचा, रहाण्याचा, नीट जगण्याचा प्रश्न सोडवायलाच हवा. याचबरोबर आधुनिक शस्त्रसामग्रीही त्यांना द्यायला हवी. आपल्या देशाच्या खर्चाचे अग्रक्रम नीट ठरवून घ्यायलाच हवेत.

ह्या दहशतवादी हल्ल्यांच्या संदर्भात विशेषत: २६/११/२००८ च्या मुंबईच्या हल्ल्याबाबत वृत्त देतांना प्रसारमाध्यमांनी अतिरेक केला. तेव्हा आणीबाणीच्या वेळी असं निवेदन बंदच करावं अशा मताशी श्री. नार्वेकर सहमत नाहीत. त्यांच्या मते तो लोकशाहीचा चौथा स्तंभ आहे. मात्र आज प्रसारमाध्यमांचं बाजारीकरण होऊ घातलं आहे त्यामुळे समस्या निर्माण होतात. स्वातंत्र्यापूर्वी प्रसारमाध्यमांसमोर एक उदात्त ध्येय होते. ते प्राप्त करण्यासाठी प्रसारमाध्यमे झटून काम करत होती. आता काळ बदलला त्यानुसार नजरेसमोर ध्येय हवं, आपल्याला देश घडवायचाय, सरकार आपलं आहे ते व्यवस्थित चालावं म्हणून एक जागल्या म्हणून कार्य करायला हवं . योग्य तिथे सहकार्य, चुकीच्या बाबतीत विरोध, जनजागृती , देशहितविरोधी भूमिका हाणून पाडणे वगैरे कामे प्रसारमाध्यमांनी करायला हवीतच. त्यांना स्वातंत्र्य हवं. सरकारचं नियंत्रण नको. पण त्यांनी स्वत:ची

आचारसंहिता तयार करायला हवी. स्वातंत्र्य वापरण्याचं तारतम्य हवं. २६/११ च्या हल्ल्याच्या वेळी आपले कमांडो हेलीकॉप्टरने उतरत असतांना ते दृश्य वारंवार दाखविलं जात होतं. ते शत्रूच्या फायद्याचं ठरत होतं. दाखवू नका अशा विनंतीला काही काळ जुमानलं गेलं नव्हतं. त्यामुळे प्रसारमाध्यमांच्या भूमिकेबाबत प्रश्नचिन्ह उभं राहिलं. यासाठी सरकार व माध्यमे यांनी मिळून तिसरी यंत्रणा निर्माण करावी. दोहोंचे प्रतिनिधी त्यात असावेत. त्यांनी योग्य ते मार्गदर्शन करावे. क्वचित प्रसंगी दंडात्मक कारवाईसुद्धा करायला मुभा असावी.

आजवर खूप दहशतवादी हल्ले झाले. पण २६/११ चा मुंबईवरचा हल्ला अनेक दृष्टींनी वेगळा होता. त्याचे परिणामही वेगळे झाले. आत्तापर्यंतचे हल्ले लपूनछपून केलेले होते. वाहनांवर टाइमर बॉम्ब वगैरे लावून केले होते. पण २६ नोव्हेंबरला दहशतवादी एके फॉर्टीसेव्हन, ग्रेनेड वगैरे घेऊन समोर आले. जणू त्यांनी लढाईचे आव्हान दिले. यंत्रणांना वेठीस धरलं. ताज ओबेराय मधे लोकांना ओलीस ठेवलं. आम्ही हल्ला करतो आहोत अशी उघड ओळख दिली. ते अधिक धीट होते. आपली जमीन त्यांच्यासाठी भुसभुशीत आहे. आपण सॉफ्ट टार्गेट आहोत. हे त्यांनी दाखवून दिलं. आम्ही कुणाला भीत नाही. मरणाला आव्हान देत आलो आहोत असा त्यांचा पवित्रा होता.

या पूर्वीच्या हल्लयांमधे बॉम्ब पेरून ते नाहीसे होत. आता त्यांनी पोलिसांवर, नागरिकांवर सरळ हल्ला चढवला.

या आधीच्या हल्ल्यांमधे त्यांच्या मनात भीती होती. आता ते कट्टर जिहादींप्रमाणे भरपूर नुकसान करून मारत मारत शेवटी मेले. त्यांना ते हौतात्म्य वाटत होतं.

या पूर्वीचे हल्ले दिवसा झाले. हा हल्ला रात्री आरामशीर जेवणाखाणात रमलेल्या लोकांवर झाला.

या आधीचे हल्ले ट्रेन, टॅक्सी, गर्दीची ठिकाणं वगैरे जागी झाले होते. यावेळी पहिल्यांदाच हॉस्पिटलवर हल्ला चढवला. लढाईतसुद्धा कधी हॉस्पिटलवर हल्ला चढवत नाहीत. तेवढी किमान नीतिमत्तासुद्धा दहशतवाद्यांनी पाळली नाही.

यावेळी नुसते हल्ले न करता जगातील प्रवासी जिथे उतरतात ती ताज ओबेराय हॉटेलं, मुंबईची प्रतीके मानली गेलेली गेट वे ऑफ इंडिया–ताज हॉटेल , व्ही. टी. रेल्वे स्टेशन ही ठिकाणं त्यांनी निवडली. परदेशी प्रवाशांच्या मनात धाक पसरवला. पर्यटनावर परिणाम घडला. आर्थिक नुकसान झालं. मुंबईत जास्तीत जास्त नुकसान जाणीवपूर्वक करण्यात आलं. भारतीयांच्या आर्थिक राजधानीवरील ह्या हल्ल्याने सर्व देश हादरला.

या हल्ल्याने मुंबईकर सुन्न झाले. पूर्वी दुसऱ्या दिवशी

मुंबई पूर्वस्थितीवर येई यावेळी दुसऱ्या दिवशी मी जेव्हा लोकल पकडली तेव्हा ज्या डब्यात उभं रहायला जागा नसते त्या डब्यात मी आणि आणखी एक माणूस असे अवघे दोघंजण होतो. स्टेशनच्या आसपास फेरीवाल्यांची नेहमीची वर्दळ नव्हती. दुकानं बंद होती. रस्त्यावरची वाहतूक थंडावली होती.

मानसशास्त्रज्ञांच्या मते ह्या बॉम्ब ब्लास्टचा तीव्र परिणाम लोकांच्या मनावर झाला. मानसिक समतोल बिघडलेल्यांची संख्या खूप आहे, त्यातही मुलींची संख्या लक्षणीय आहे. ह्या मुली बोलायच्या बंद झाल्या आहेत. हा परिणाम पुसून जाऊन मन:स्थिती पूर्ववत् व्हायला अनेक दिवस जातील.

ह्या वेळी लोक आपोआप एकत्र आले. त्यांचा राग नाकर्त्या राजकारण्यांवर होता. हिंदु-मुस्लीमांमध्ये एकमेकांविषयी संशयाचं वातावरण अजिबात नव्हतं. देश एकसंघ झाल्याचं दर्शन या हल्ल्यांच्या निमित्ताने घडलं. मुस्लिमांनी एकमुखाने दहशतवाद्यांचा तिरस्काराने धि:कार केला. संरक्षण व्यवस्था न करणाऱ्या गाफील राजकारण्यांना ह्या हल्ल्याने खडबडून जागृत व्हावं लागलं इतका जनक्षोभ प्रचंड होता.

जगभरातून त्याबद्दल धिक्काराच्या प्रतिक्रिया उमटल्या. पहिल्यांदाच एक अतिरेकी जिवंत पकडला गेल्याने पाकिस्तानी लष्कर, दहशतवादी संघटना, आय.एस.आय. यांचा प्रत्यक्ष सहभाग पुराव्यानिशी उघडकीला आला.

पहिल्यांदाच निष्काळजीपणा, लोकभावनांचा अनादर वगैरे कारणांनी, भारताचे केंद्रीय गृहमंत्री, महाराष्ट्राचे मुख्यमंत्री व गृहमंत्री यांना राजीनामा देणे भाग पडले.

भारत सरकारने हा मुद्दा आंतरराष्ट्रीय पातळीवर सातत्याने लावून धरला. देशांतर्गत वातावरण तप्त राहिले. पाकिस्तानला कोंडीत पकडल्यासारखे झाले. देशात पोलिसांच्या शस्त्रसज्जतेकरता पावले उचलली गेली.

मल्टी एजन्सी सेंटरची स्थापना झाली. राज्य पोलिस, लोकल इंटलिजन्स, रॉ, इन्फर्मेशन ब्यूरो वगैरेचं सुसूत्रीकरण आणि दहशतवादाविरुद्ध तडकाफडकी कारवाई करण्याचे अधिकार मल्टी एजंट सेंटरला देण्यात आले. गुप्तवार्ता विभागातर्फे सुरक्षा एजन्सीजना तात्काळ बातम्या पोहोचवण्याची यंत्रणा उभारण्यात आली. ही यंत्रणा चोवीस तास कार्यान्वित राहील.

सशक्त सुरक्षादलाकरता जे कमिशन नेमण्यात आलं, त्यांचे पगार वाढविण्यात आले.

लोक हा हल्ला विसरणार नाहीत. प्रसारमाध्यमे विसरू देणार नाहीत. दहशतवाद्यांचा प्राणपणाने प्रतिकार ही भावना सामूहिकरीत्या जागृत झाली आहे. सरकार आणि विरोधी पक्ष या हल्ल्यांमुळे एकत्र आले. या युद्धात सर्व एकत्र आहेत हे चित्र उभे राहिले. मूकपणे यापुढे आम्ही बघत बसणार

नाही. वेळ आली तर युद्धासाठी तयार राहू हा संदेश पाकिस्तानला गेला.

एकंदर २६/११ चा मुंबईवरचा दहशतवादी हल्ला हा जनजागृतीच्या व सरकार जागृतीच्या दृष्टीने वैशिष्ट्यपूर्ण ठरला.

यापुढे दहशतवाद हे वास्तव काही वर्षे तरी अस्तित्वात असेल, हे स्वीकारून नागरिक, पोलिस, सुरक्षायंत्रणा, सरकार सगळ्यांनी एकत्रितपणे त्याचा मुकाबला करायला हवा, हे सत्य आता सगळ्यांनी मान्य केले आहे.

_श्री. राधाकृष्ण नार्वेकर_
(ज्येष्ठ पत्रकार)

■

श्री. राधाकृष्ण नार्वेकर

- ज्येष्ठ पत्रकार, नवा काळ मधे पत्रकारितेस सुरुवात. पुढे 'मुंबई सकाळ' आणि 'सकाळ' (मुंबई) येथे बावीस वर्षे पत्रकारिता. संपादक असतांना निवृत्त. सध्या वार्ताहर. 'वृत्तपत्रसमूहात' सल्लागार संपादक म्हणून कार्यरत.
- मुंबईच्या समस्यांचा खास अभ्यास व त्यावर सातत्यपूर्ण लेखन. मुंबई मराठी पत्रकार संघाचे अध्यक्ष, विश्वस्त इ. विविध पदांवर काम केले.
  वृत्तपत्रछायाचित्रकार स्व. मंदार काकडे स्मृति समिती कार्याध्यक्ष. जागतिक मराठी अकादमीचे कार्याध्यक्ष म्हणून १९७७ ते १९८० या काळात कार्य केले.
- 'निवृत्त झालात. पुढे काय?' हे पुस्तक लिहिले. त्याच्या चार आवृत्त्या निघाल्या. 'नेहरू ते वाजपेयी' व 'मनातली माणसं' ही आगामी पुस्तके.

पत्ता : बँक ऑफ बडोदा को. ऑ. हाउसिंग सोसायटी,
'पराग', पहिला मजला, फ्लॅट ६, न्या. एम्. सी. छागला मार्ग,
बामण वाडा, विलेपार्ले पूर्व, मुंबई – ९९
फोन : २८३०३०७४
मोबा.: ९९६१७९७३०२५

लेखिका परिचय

माधवी कुंटे

शिक्षण : B.A. (Hon.) मानसशास्त्र
B.Lib.Sc. (बॅचलर ऑफ लायब्ररी सायन्स)
B.Ed. ऑल राउंड परफॉर्मन्ससाठी कॉलेजकडून सन्मानित

श्रीमती माधवी कुंटे या अभ्यासू पण संवेदनशील लेखिका, मुक्त पण सजग पत्रकार आहेत.

कार्यानुभव :

२२ वर्षे शाळा व कॉलेजात अध्यापन.

लेखनकार्य :

१. कादंबरी : एकूण आठ कादंबऱ्या प्रसिद्ध. पैकी 'मी एक खलाशी' – त्या वर्षीच्या दहा उत्तम कादंबऱ्यांमध्ये निवड व 'सुलोचनी' लेखिका पुरस्कार.
'मारिया' – वसईच्या वाडवल ख्रिस्ती समाजावरील कादंबरी. वसई कॉलेजच्या विद्यार्थ्यांकडून प्रोजेक्ट वर्कसाठी निवड.

२. अनुवाद : तीन कादंबऱ्यांचा. पैकी 'आंधळे भुयार' हा अनुवाद वेद राही यांच्या 'अंधा सुरंग' ह्या अनेक पारितोषिकं प्राप्त झालेल्या कादंबरीवरून केलेला आहे.
अमृता प्रीतम यांची एक आणि वेद राही यांच्या दोन लघू कादंबऱ्यांचा एकत्रीत अनुवाद.

३. लघुकथा संग्रह : एकूण नऊ संग्रह प्रसिद्ध. पैकी 'महाद्वार उघडतांना' या संग्रहास महाराष्ट्र शासनाचा उत्तम साहित्यनिर्मितीचा पुरस्कार.

४. वैचारिक लेखन : पाच पुस्तकांचे उदा. देहबोली, सुदृढ मानसिकतेसाठी
५. तत्त्वज्ञान : ओशोंवरील तीन पुस्तके.

नियतकालिकांच्या दुनियेत संपादन, मुलाखती, स्तंभलेखन, २०० लघुकथालेखन व सदरलेखन इ. बहुआयामी लेखनप्रकार त्यांनी हाताळले आहेत. याच सोबत आकाशवाणी, दूरदर्शन या प्रसारमाध्यमातूनही त्या कथा, रूपके, नभोनाट्य लेखन, सादरीकरण, सूत्रसंचालन, पटकथा, संवादलेखन करताना आपल्याला सातत्याने भेटत असतात. 'मणी मंगळसूत्र' चित्रपटात पटकथा व संवादलेखन ही त्यांची एक उल्लेखनीय ओळख आहे.

या साऱ्याबरोबरच आपले सामाजिक भान जपत, 'लोकमान्य सेवा संघाच्या चाइल्ड पेरेन्ट गायडन्स सेंटरच्या सहकार्यवाह, दिशा कर्णबधिर विद्यालयाच्या कार्यकारी मंडळातील जबाबदारी, कोकण मराठी साहित्य परिषदेच्या विविध पदांवरील कार्य, अशां विविध कामांची जबाबदारी त्या सांभाळत आहेत.

■■

www.ingramcontent.com/pod-product-compliance
Lightning Source LLC
LaVergne TN
LVHW100339051026
849518LV00003B/844
* 9 7 8 8 1 8 4 8 3 1 0 8 5 *